யாயும் ஞாயும்

ஜே.ஜே.அனிட்டா

படைப்பு பதிப்பகம்
#8, மதுரை வீரன் நகர்
கூத்தப்பாக்கம்
கடலூர் - தமிழ்நாடு
607 002
94893 75575

நூல் பெயர்	:	யாயும் ஞாயும் (குறுநாவல்)
ஆசிரியர்	:	ஜே.ஜே.அனிட்டா
பதிப்பு	:	முதற்பதிப்பு 2020
பக்கங்கள்	:	102
வடிவமைப்பு	:	முகம்மது புலவர் மீரான்
அட்டைப்படம்	:	படைப்பு டிசைன் டீம்
வெளியீட்டகம்	:	இலக்கிய படைப்பு குழுமம்
அச்சிடல்	:	படைப்பு மீடியா நெட்வொர்க்ஸ், சென்னை
வெளியீடு	:	படைப்பு பதிப்பகம்
பதிப்பாளர்	:	ஜின்னா அஸ்மி
விலை	:	ரூ 100

Title	:	Yaayum Gnayum (Novel)
Author	:	J.J.Anita
Edition	:	First Edition - 2020
Pages	:	102
Printed by	:	Padaippu Media Networks, Chennai
Publishing Agency	:	Ilakkiya Padaippu Kuzhumam
Published by	:	Padaippu Pathippagam
Website	:	www.padaippu.com
E-mail	:	admin@padaippu.com
ISBN	:	978-81-948352-8-8
Price	:	₹ 100

பதிப்புரை

ஜின்னா அஸ்மி,
பதிப்பாளர்

எழுத்தாளுமை என்பது எதை எழுதுகிறோம் என்பதில் அல்ல; அதை எப்படி எழுதுகிறோம் என்பதில் இருக்கிறது. காலத்தின் சுவடுகளில் கல்வெட்டுபோல தன்னைச் செதுக்கிக்கொள்ளும் எழுத்தே இலக்கிய வானத்தில் சிறகை விரிக்கும். அந்தச் சிறகுகள் எதனாலும் கட்டப்படாத, எதற்கும் கட்டுப்படாத சுதந்திர சிறகுகளாக இருக்கும்பட்சத்தில் ஒளியின் வேகத்தை உமிழும் வல்லமையைப் பெறும். அப்படியான வல்லமையைப் பெற்ற எழுத்துகளைக் கொண்டு ஒரு கருவையும் அதற்கான கதையையும் கதைக்கான பாத்திரங்களையும் வடிவமைக்கும்போது, அதை வாசிக்கும் எல்லா மனிதர்களின் மனதையும் கதைமாந்தர்களாக மாற்றி யோசிக்க வைத்துவிடும். அப்படிப்பட்ட கதைமாந்தர்களின் காட்சிகளை எல்லாம் நிகழ்வின் சாட்சியங்களாக ஒன்றுதிரட்டி உருவாக்கப்பட்டிருப்பதே 'யாயும் ஞாயும்' தொகுப்பு. இக் குறுநாவலில் உள்ள ஒவ்வொரு பத்தியும் அதன் விவரிப்புகளும் வாசிப்பவரை காட்சிக்கேற்றவாறு அந்தந்த இடத்திற்கே கூட்டிச்செல்வதும் காட்சிகள்மூலம் மனதில் அசைபோட வைப்பதும் இத்தொகுப்பின் பலம்.

திருச்சியை பிறப்பிடமாகவும், வாழ்விடமாகவும் கொண்ட படைப்பாளி ஜே.ஜே.அனிட்டா அவர்களுக்கு இது இரண்டாம் தொகுப்பு. இன்றைய இலக்கிய உலகிலும், சமூக வலைதளங்களிலும், பிரபல பத்திரிகைகளிலும் தன் படைப்புகள்மூலம் நன்கு அறியப்பட்டவர். நவீனத்தை எழுத்துகளில் புகுத்தி புதுமையைக் கையாளும் பெண் படைப்பாளிகளில் கவனிக்கப்படும் படைப்பாளி இவர். படைப்புக் குழுமத்தின் மாதாந்திர பரிசு மற்றும் கவிச்சுடர் எனும் படைப்பின் உயரிய விருதும் பெற்றவர் என்பது குறிப்பிடத்தக்கது.

எமது படைப்பு பதிப்பகத்தின்மூலமாக தனது நூலை வெளியிட முன்வந்த ஜே.ஜே. அனிட்டா அவர்களுக்கும், அட்டைப்பட வடிவமைப்பு மற்றும் நூல் உள்கட்டமைப்பை வடிவமைத்த படைப்பாளி முகம்மது புலவர் மீரான் அவர்களுக்கும் மற்றும் இந்நூல் வெளிவர உதவிய அனைவருக்கும் படைப்புக் குழுமம் தனது நன்றியைத் தெரிவித்துக் கொள்கிறது.

வளர்வோம்...! வளர்ப்போம்...!!

படைப்புக் குழுமம்

தமையனுக்கும் தந்தைக்கும்
இந்நூலை சமர்ப்பிக்கிறேன்.

என்னுரை

எந்தவித முன்னேற்பாடும் இன்றி, இந்தக் கதைக்கான விதை எனது சிந்தையில் வேரூன்றியது. எழுதத் துவங்கியபின் கதையின் போக்கையும் கதாபாத்திரத்தையும் இந்தக் கதையேதான் தீர்மானித்துக் கொண்டது. சிறுகதையெனவோ, குறுநாவல் எனவோ பகுத்து விளக்கம் தரும் வாய்ப்பை இக்கதை எனக்கு அளிக்கவேயில்லை.

கற்பனையான ஒரு கதை தானாகவே மூளைக்குள் கருக்கொண்டதையடுத்து, அதற்கு உருக் கொடுத்துப் பார்ப்போம் என்ற பெருந்துணிவும் இந்தக் கதை உயிர்பெறக் காரணமாக இருந்திருக்கலாம்.

இவ்வுலகம் அன்பினால்தான் இயங்குகிறதெனில், அதன் பெயர் சொல்லி இயங்கும் மனித உறவுகளின் இருப்பும் இல்லாமையும் என்னவெல்லாம் நிகழ்த்தும் என எண்ணிப் பார்க்கிறேன். அதன் காரணங்கள் ஆராய்தல் விடுத்து காரணிகளை அங்கீகரித்தேன். அப்படியாகத்தான் இக் கதை என்னை எழுதச் சொன்னது.

அலங்காரமென்பதை சொற்களில் வடித்தேனே தவிர பாத்திரங்களுக்கு அல்ல. ஓர் எழுத்தாளனை அவனது மொழியில் அசைத்துப் பார்க்கிற பேராவல் எழுந்ததன் நிமித்தம் சொற்கள் சற்று திமிராய் வெளியேறியது என்பேன்.

'யாயும் ஞாயும்' என்ற தலைப்பை தலையில் சுமந்து நிற்கிற கதையின் உட்கரு அல்லது முக்கிய கருப்பொருளை அத் தலைப்புக்குள்ளேயே நிர்வகிக்க முடிந்ததில் பெரும் வியப்பே எனக்கு. குறுந்தொகை பாடலொன்றின் முதல் வரியிடமிருந்து தலைப்பை அழைத்து நிறுத்திப் பார்த்ததில் தாய்மைப் பண்பின் பெரும்பேற்றை உணர்த்தவல்ல சொல்லாக முழு வடிவமடைந்துள்ளது என்பேன்.

கதைக்குள் ஆயிரம் கதைகள் விதைக்கப்பட்டிருந்தாலும் இதைத்தான் எடுத்தியம்ப விரும்பியதென்றதற்கான சாட்சியமே எனதிந்த 'யாயும் ஞாயும்'.

இக்கதையில் நிகழும் சம்பவங்களும் கதாபாத்திரங்களும் கற்பனையே என பொறுப்புத் துறப்பு அளிக்கும் அதே நேரத்தில், இக்கதையோடு நான் சிலகாலம் இருப்புதுறந்து பறந்திருக்கிறேன் என்ற பேருண்மையையும் உவந்தளிக்கிறேன்.

மிகக் குறைந்த நாட்களில் அதிக இடையூறுகளுக்கு மத்தியில் உறக்கத்திலிருந்து 'வெடுக்'கென்று எழுந்துகூட எழுதிய காலத்தை இப்போது புத்தக வடிவில் கதையாய் பார்க்கும்போது உண்மையில், இமை நழுவுகிறது அன்பின் துளி.

பேரன்பின் நன்றியோடும் மகிழ்வோடும்
ஜே.ஜே.அனிட்டா
anitaraja3292@gmail.com

நீ

நீ

அத்தியாயம் - 1

நான், இப் பிரபஞ்சத்தின் இரக்கமற்ற இறுதிக் காற்றினை நேசிக்கும்தறுவாயில் இருக்கிறேன். இறப்பிற்கு முன்னதான இரங்கல் செய்திகளை பூங்கொத்தென வருவோர் போவோரெல்லாம் முன்மொழிகிறார்கள். நானதை அணைத்து கக்கத்தின் கதகதப்பில் பற்றிக் கொள்கிறேன். இப்போது அது தேவைப்படுகிறது. இல்லையெனில், மரணம் வலியூட்டுவதாய் எதிர்ப்படும். நானதன்முன் மண்டியிட நேரிடும். எத்தனையோ மரணத்தினும் வலிய வலிகளைச் சுமந்தவளுக்கு இறப்பென்பது ஒரு நித்திய பயணமேயில்லை. அது, காலம் என்னை பழி தீர்த்துக்கொள்கிற கட்டாயப் பிரகடனம். நானாக இன்னும் அதை வழிமொழியவேயில்லை. அதனிடம் சொல்வதற்கும் நிறைவேற்றுவதற்கும் நான் இன்னும் நிறைய சேமித்தது தெரியாமல் என்னை தனது அகப் பீடத்தில் பலியேற்றிருக்கிறது.

என்னைச் சுற்றி நிற்கிற எல்லோரும் தனது கண்ணீரினால் எனது மரணத்தினை முன்னறிவிப்பதாகவே நினைத்துக் கொள்கிறேன்.

நீ மட்டும்தான் புன்னகையின் விரல்களில் ஒரு கவிதை நெய்கிறாய் எனக்காக. எப்போதுமே எனது மரணத்தை கற்பனையில் புகுத்தி எனக்காக ஒரு கவிதை எழுது என உன்னிடம் மன்றாடியும், நீயதை நிறைவேற்றாத பொன்நெஞ்சம் படைத்த உயிர். இப்போது நீ எழுதாத நதியொன்றின் சிறகசைப்பில் நான் கவிதையொன்றைப் பருகுவதாய் உணர்கிறேன்.

வெண்பா! இங்கேயே நில். எங்கும் போய்விடாதே. உனதிருப்பின் வலிமையை நீயற்ற பொழுதுகளிலேயே துய்த்துப் பிறழ்ந்தவளுக்கு இப்போது உனது இருதயத்தின் ஓசை இடறாத மணித்துளிகள் தேவைப்படுகின்றன.

நீ என்னை எப்போதுமே அழச் செய்ததில்லை. விழச் செய்ததில்லை. எனது துணிவின் முரண்களைக் களைந்து அதனொளியின் பிரகாசப் பூக்களையே பரிசளிக்கச் செய்யும் வல்லமையுடைத்த மென்தூதம்.

நானுனக்காக அழுத தருணத்தின் விநாடித் துகள்களை காற்றின் கடினப்பாதையில் தொலைத்த பாறை மனமுகந்த ஜீவன். அழுதால் பிடிக்காது உனக்கு. கண்ணீர் வலிமையற்ற மௌனத்தின் மரணக் கூப்பாடென்பாய். கண்ணீரின் தாகத்தில் தன் பசியாற்றிக்கொள்கிற யுத்தி விரும்பாத கொள்கையுற்ற நெஞ்சம் உன்னுடையது. யாருக்கு வேண்டும் உனது கண்ணீர். அது, என்னைக் கைது செய்யாது என்பாய் அடிக்கடி.

வெண்பா! இப்போது நீயே அழாதே. ஆனால் அருகிலேயே நில். தூரங்களைப் பற்றிய குறிப்புகளை அளவீடு செய். நாமதில் மெய்யுறைந்து நம்மை வருத்திக்கொண்ட கனமான நேரங்களை பார்வையின்முன் நிறுத்து. இப்போது நீ என்னருகில் இருக்கிறாயென்பதை விடவும் இப்பிறப்பின் நிறைவை வேறெப்போது உணர்வது சொல்.

இதோ, நான் உன்னைப் பிரிவின் விளிம்பிற்கு அழைத்துச்செல்லப் போகிறேன். எப்போதுமே பிரிந்தே கிடந்தவர்களுக்கு முகத்துதிகூட பெரும் ஆராதனையே. எனது மரணத்தின் நிகழ்விற்கு முன் வரை நாம் பிரியாமலிருக்கக் கடமைப்பட்டிருக்கிறோம். அருகே வா. கரங்களில் மௌனம் புதைத்து சொற்களை வெளியேற்று. இந்த கனத்த சூழலிலிருந்து என்னைக் காப்பாற்று. அது உன்னால்தான் முடியும்.

வழியனுப்புபவர்களின் விழிநீரில் கொதிகலனடைகிறது உதிரப்போகிற தேகச் சிறகு. முன்னெப்போதும்விட இப்போது நிறையப் பேசு. செவிகள் பழுதென்பது வயதின் மூப்பினால். ஆன்மத்தின் அடிவேரிலிருந்து செவி நிரப்பும் உன்னதச் சொற்களைத் தருவி.

நான் சில கணம் உயிர் வாழச் சம்மதிக்கிறேன்.

அத்தியாயம் - 2

தனிமையின் சுகானுபவங்களைச் சுகிக்கவும் ஒரு ரசனை வேண்டும். எனது நைந்துபோன தோலின் சுருக்கத்திலேயே எத்தனைநேரம்தான் சிறைப்பட்டுக் கிடப்பார்கள் உடனிருக்கிறவர்கள். ஒவ்வொருவராய் நகர்கிறார்கள். வெண்பாவும் சென்றபிறகு தனிமையின் அடர்த்தியை நிலைகுலையச் செய்ய ஏதேனும் வேண்டும் என்னுடன். நினைவுகளின் காப்புரிமைகளற்றவள் நான். எந்தவொரு சூழலிலும் நிகழ்வுகளையே கொண்டாடித் தீர்த்தவளால் நினைவுகளை நோக்கி சட்டென்று நகரவியலாதுதான்.

நினைவுகளின் சட்டங்களுக்குள் யாரின் முக பிம்பத்தையும் பதித்ததில்லை. அவரவரின் தனிமைக்குள் நான் தனிமைப்பட்டுக் கிடக்கக்கூட விரும்பியேதில்லை. இருளோ, ஒளியோ ஏதோவொன்று சூழவே நான் என்னைக் காலத்தின்முன் பிரசவித்துக் கிடக்க வேண்டும். அப்படியாகவே கடந்துபோன முற்காலத் தோற்ற மாயைகளில் இப்போது சிலர் தன் முகங்களுடனும் சிலர் அகங்களுடனும் என்னுடன் பயணிக்கிறார்கள்.

அதோ கதவைத் திறக்கும் சப்தம்...

இப்போதும் யாரோ என்னை நிரப்பப் போகிறார்கள். வெற்றுப் பாத்திரத்தில் சொட்டென்று வீழும் ஒற்றை நீரின் கனத்த சப்தமென, காலடித் தடம் ஒன்று எனது நேரச் சுமையை குறைக்க வருகிறது.

ஜே.ஜே.அனிட்டா 11

உள்நுழைகிறார் மருத்துவர்.

இப்போதெப்படி இருக்கு உடல்நிலை. நிறைய ஓய்வு தேவை. முழிச்சே இருக்குறீங்களே... தூங்கக் கூடாதா?...

நான் இன்னும் எத்தனை மணி நேரம் விழித்திருப்பேன் டாக்டர்?...

இதென்ன கேள்வி. உங்களுக்கு ஒன்னுமில்ல. நல்லாயிருக்கீங்க. ஓய்வு மட்டும்தான் தேவை.

நாடியும் நானும் தனித்தனியே இயங்குகிற மாதிரியிருக்கே. இது சாவுக்கான அறிகுறிதானே... உண்மையைச் சொல்லுங்க டாக்டர்.

நாடியை அழுத்தும்போது டாக்டரின் கைக்கடிகாரம் நின்றுவிடக்கூடாதென வேண்டிக் கொள்கிறேன்.

டாக்டர் இதயத்துடிப்பை கவனிக்கிறார். யாருடைய பெயரெல்லாம் கேட்டிருக்குமோ அவர் செவிகளில். படபடப்பின் வேகத்தில் பயத்தின் பெயரை முன்மொழிகிறேன். அவர் அதை வழிமொழிந்தவராய்...

தயவுசெஞ்சு பயப்படாதீங்க. எல்லாம் இயற்கைதான். முன்கூட்டியே பயந்து என்னவாகும். வயசானாலே இந்த நிலையை கடக்கனும்கிறது அவசியம்தான்.

நான், நாளை வந்து சந்திக்கிறேன். நேரத்திற்கு சாப்பிட்டுத் தூங்குங்க...

டாக்டர் அறை முழுக்க மருந்துகளின் வாசனையை நிரப்பிவிட்டு நகர்கிறார்.

மாத்திரைகளும் ஊசியும் இந்த வெற்று உடலை சற்று காலம் போர்த்திக் கிடப்பவை அவ்வளவுதான். மனதின் கூப்பாடுகளைத்தான் கவனிக்கவேண்டும். மனம்

ஒரு காகிதக் குப்பை. கசங்கியவைகளாலும் நொறுங்கிய வார்த்தைகளாலும் குத்திக்கிழிக்கும் கோடுகளாலும் அங்கங்கே நிறப் பூச்சுகளாலும் ஆனவை. அவற்றை சீர்ப்படுத்தி, ஒருங்கிணைத்து தூய கடிதமொன்றாகக் காண ஆவல்தான். எழுதுகோல் தேடுகிறேன்.

மீண்டும் அறையைத் திறக்கும் காலடிச் சப்தம்.

எழுதுகோல் வந்துவிட்டது.

அத்தியாயம் - 3

என்னை இயக்கும் கடவுளின் கரங்களில் இருந்த அதே எழுதுகோல், வெண்பாவின் கைகளிலும்.

வெண்பா உள் நுழைந்ததுமே, ஆழ்சுவாசத்தின் வேர்களில் பூக்கள் முளைக்கின்றன. வார்த்தைகள் பக்குவப்படுகிறது. பொழுதுகள் தேய்ந்து காலத்தின் கோப்பைகளில் புதுநுரை ததும்புகிறது.

மருந்துகளின் வாசனையால் நிரம்பியிருந்த அறையில் கவிதைகள், ஹைக்கூ பாடுவதைக் கவனிக்கிறேன்.

நீ இன்னும் ஓய்வெடுக்கவில்லையா?

வெண்பா கேட்டதுமே, சப்தங்களின் கூக்குரலில் பேரமைதி.

ஓய்வெடுக்க நேரமிருக்கிறது வெண்பா. எல்லோரும் சாப்பிட்டாச்சா, உன்னையும் சேர்த்து.

சாப்பிட்டோம். உன்னைப் பற்றி எல்லோரும் கவலைப்படுறாங்க. என்னையும் சேர்த்து.

கவலையா, எதற்கு? என்னோட பயணம் நிச்சயிக்கப்பட்டதுதானே. பாதைகளுக்காக அவங்க ஏன் வழக்காடனும். நான் நல்லாருக்கேன்.

எனக்குத் தெரியாதா உன்னைப் பற்றி.

வெண்பா இதைச் சொன்னால் அத்தனைப் பிடிக்குமெனக்கு. என்னைப் பற்றி எல்லாம் அறிந்த

வெண்பாவின் நிறை ததும்பல்களில் நான், என் பிம்பம் பலமுறை உடையக் கண்டவள்.

வெண்பாவுக்குத் தெரியாதா என்னைப் பற்றி.

எனது பொய்த் தோற்றங்களின் மாயப் புனைவுகளை ஒருபோதும் நம்பியதே இல்லை. எனது சிந்தனையின் தூர வெளிச்சங்களை வடிகட்டித் தரவல்ல வல்லமையுடைத்த வெண்பா எதையுமே மறைக்கத் துணிவில்லாத என்னிடம் இந்தக் கேள்வியைக் கேட்டது சரிதான்.

இப்படித் தள்ளாத வயதிலும் என்ன குறுகுறுக்கிறது உனது மூளைக்குள்...

ஆமாம், வெண்பா... நாளை பற்றி யோசிக்கிறேன். நேற்று பற்றி நினைக்கக் கூடாது. இன்று, இக்கணம் நிஜம். அவ்வளவுதான். நாளை பற்றி சிந்திக்க எனக்கு உரிமை இருக்குதானே...

கொஞ்சமாய் புன்னகைக்கிறது வெண்பாவின் இதயம்.

சரி... ஓய்வெடு. போய்ட்டு சாயுங்காலம் வரேன்.

வெண்பா விடைபெற, கண்களில் நீர் திடுக்கென்று உயிர்விடுத்து வெளியேறியே விட்டது. இப்படி போவதாய்ச் சொன்ன வெண்பா திரும்ப வந்தால்தான் உறுதி. எங்கேனும் சொல்லாமல் தொலைவதும் பிறகு திடுக்கென்று கண்முன் தோன்றுவதுமே வெண்பாவின் வழக்கம்.

வெண்பா... வரவேண்டும் மீண்டும்.

சரி... தைரியமா இரு. தூங்கு. சாயுங்காலம் ஒரு நல்ல டீயோட வருவேன். சேர்ந்து சாப்பிடுவோம் சரியா?

சரி...

மூன்றாம் தேநீர் வெண்பாவின் கரங்களால்.

அத்தியாயம் - 4

தேநீர் என்றால் அத்தனை பிரியமெனக்கு. பொதுவாக, வீட்டிலிருக்கும் பெண்கள் அதிகாலை எழுந்து முதலாம் தேநீர் தயாரிப்பது துவங்கி காலை உணவு, மதிய உணவு சமைத்து பிள்ளைகளுக்கும் கணவனுக்கும் செய்யவேண்டிய அத்தனை சௌகரியங்களையும் செய்து முடிக்க எப்படியும் மணி பத்தாகி விடும். அந்தக் காலைப் பொழுதென்பது அத்தனை பரபரப்பான வேலைகளை உள்ளடக்கிய இரைச்சலாதலால் எனது முதலாம் தேநீர் நான்கைந்து மிடறுக்குப் பின் பாதிக் கோப்பை எப்போதும் மீதமிருக்கும். மீதி பருக நேரம் வாய்க்காத இயலாமை போக்கிக்கொள்ளகாலை உணவுக்குப் பின்சரியாக ஒரு மணி நேரம் கழித்து இரண்டாம் தேநீரோடு அமர்ந்தால் உலகமே கோப்பைக்குள் மிதப்பதாய் நா நரம்புகள் கிளர்ந்தெழும். பொழுதுபோக்குகளோ, வெளி வேலைகளோ முடிய மதிய உணவிற்கு வயிறு தயாராகும்போதே கண்களும் உறக்கம் தழுவக் காத்திருக்கும். உறங்கியெழவும் பிள்ளைகள் வீடடையவும் ஒருமித்த பொழுதில் மூன்றாம் தேநீர் அடுப்பில் கொதிக்கும். மூன்றாம் தேநீரின் பொழுதில் நிச்சயமாய் ஆசுவாசித்து அடங்கிய மூச்சறிதலின் நிறை கூறுகளைக் காணலாம்.

அதோ... ஒரு உருவம் நிழலாடுகிறது. எதிர்பார்த்த நிழல்தான்.

வெண்பா உள்நுழைய, கைகளில் மூன்றாம் தேநீர் நிரப்பிய இரு கோப்பைகளோடு.

பிஸ்கட் தொட்டுச்சாப்பிடுறியா, டீ மட்டும் போதுமா?

பிஸ்கட் வேண்டாம். ஒரு கவிதை சொல்லேன்... வெண்பா.

உன்னை என்ன செய்ய... உடம்ப பாத்துக்கச் சொன்னா மனச தேத்தச் சொல்ற.

உடம்பு தொலைஞ்சு போச்சு வெண்பா. வெறுங்கூட்டுக்கு எதுக்கு சிருங்காரத் தோரணைகள். ஆமா, டீ ரொம்ப சூடா இருக்கே!

ஆறுகிற வரை பொறுத்திரு. பாவம் கேட்குற. ஒரு கவிதை சொல்றேன்.

வெண்பா...

கவிதை சொல்லப்போகிறாயா... சற்றுப் பொறு. உயிரறுக்கிற சப்தங்களை அடக்கிக் கொள்கிறேன். மூச்சு நிற்காமலிருக்க கடவுளிடம் மன்றாடிக் கொள்கிறேன். மனதை ஒருநிலைப்படுத்திக் கொள்கிறேன். கண்களை ஓர் திசையில் புறமேற்றுகிறேன். முதலில், உனது திசையினின்று மறுபுறம்திரும்பிக்கொள்கிறேன். உனது முகத்தின்ஞானஒளி புக நான் துளியும் அருகதையற்ற இருள். செவிகளையும் இதயத்தையும் மட்டுமே நிரப்பிய கவிதைகளைப் புசித்த காலங்களைப்போலவே இப்போதும் தொடரட்டும். உனது நா திறந்தால் மொழிகளின் வேள்வியில் கேள்விக்குறியாகிப் போவேன். சொற்களோடு வழக்காடுவேன். கவிதைக்கு முன்னும் கவிதைக்குப் பின்னும் இரண்டு மரணங்களைத் தழுவியாக வேண்டும் நான்.

கொஞ்சம் பொறு வெண்பா. எனது இத்தனை இனிய இடர்பாடுகள் சுமந்து சம்மதம் அறிந்தபின் பேசு... சொல்... வாசி... கண்களைத் திற... கவிதையைப் பாடு... மறக்காமல் என்னை உயிர்ப்பித்து விடு.

வெண்பா கவிதை சொல்லத் துவங்கினால் இப்படியோர் சத்தமில்லாத யுத்தம் தானாக அரங்கேறும்.

இப்போதும் அப்படியே... செவிகளில் தீர்மானம் நிறுவுகிறேன்.

ஆனால், அதோ...

செவிகளில் வேறொரு இடைமறிப்பு.

யாரோ உள் நுழைகிறார்கள், மூன்றாம் தேநீரோடு.

கண்களைத் திறக்கிறேன். கவிதை பருகாத சுவையோடு கனவு விழிக்கிறது.

அத்தியாயம் - 5

அம்மா... இப்போ எப்படி இருக்கீங்க, சாப்பிட ஏதாவது வேணுமா...

மகளின் குரலோங்க மனமும் விழிக்கிறது.

நல்லாருக்கேன் மா. தூக்கம்தான் வரல. உடம்பெல்லாம் வலி. ஒரே இடத்தில் இருப்பது எப்படியோ இருக்கு. வெளியே அழைச்சுட்டுப் போறியா...

சரி மா. போகலாம். இப்போ, இந்த டீ சாப்பிடுங்க. நான் கை கால் அமுக்கிவிடுறேன்.

மகளென்பவள் ஒவ்வொரு தாய்க்கும் இன்னொரு தாய். பெண் பிள்ளைகள் எப்போதுமே பெற்றவர்களைப் பார்த்துக்கொள்வதில் சலித்துக்கொள்ளவே மாட்டார்கள். ஆனால் விதி, மகளின் அருகேயே வாழ்வைக் கழிக்க எல்லா பெற்றோருக்கும் வாய்ப்பளிப்பதில்லை.

எனக்கும் வாய்க்கவில்லைதான். ஆனாலும் எங்களுக்கு ஒன்றென்றால் ஓடி வந்துவிடுவாள் மகள். என்மீது குறிப்பாய் கொள்ளைப் பிரியம் அவளுக்கு. அவளின் ஒவ்வொரு பருவத்திலும் நேசத்தின் தளிரென பசுமை தாங்கியிருக்கிறேன். ஒரு தாயென்பதையும் தாண்டி அவளின் தோழியாய், குருவாய், சக மனிதியாய் அவளோடு பயணித்திருக்கிறேன். அவளின் திருமண பந்தத்தையும் அவளேதான் தேர்ந்தெடுத்துக் கொண்டாள். எங்களைப்போலவே. நாங்களறியாத வேதங்களைக்கூட தன் வாழ்வின் அனுபவங்களில் அவள், எங்களுக்கு

போதித்தவள். இப்போது அவளுக்கொரு மகள் என்னைப்போலவே அவளுக்கொரு தாயாய்.

உனக்கு ஏம்மா கஷ்டம்... போய், உன் பிள்ளையப் பாத்துக்க, நானே நடந்து வரேன்...

வேண்டாம் மா. இப்போ இருக்கிற நிலையில சிரமம் வேண்டாம். நான் வரேன். வாங்க... எழுந்திருங்க...

எழ முடியவில்லை. உடலின் கனத்தை மனத்தால் தாங்க இயலவில்லை. இந்தப் படுக்கையின் பிசுக்கில் ஒட்டிக்கொண்டு பிரிக்கவியலாத தசைகளை பிளந்தெடுக்க துணிவு வேண்டும் எனக்கு. மரணப் படுக்கையென்பது இதுதானா... வலிக்கிறது. இன்னும் இன்னும் ஆழக் கீறி புதைக்கிறது. இந்த உயிர் மட்டும் ஏன் தனித்தலைகிறது. எதைத் தேடி ஓடுகிறது. ஓடிக் களைத்தே இயல்பற்றுப்போன வாழ்வின் யதார்த்த பிணக்குகளுக்கு இப்போதென்ன தீர்வு சொல்வேன்.

ஒரு அடிகூட நடக்கமுடியாது போலிருக்கு மா...

சரி மா. அப்போ, கொஞ்சம் எழுந்து சாய்ந்து உட்காருங்களேன்...

ஆனா, நான் பாத்ரூம் போகனும் மா.

அடியில் பிளேட் வைக்கிறேன், போங்கம்மா. இந்தச் சூழல்ல நடந்துபோய் வருவது கஷ்டம் மா.

அய்யோ... இதென்ன வேதனை. என்னுடைய கழிவை அவள் ஏந்துவதா? அவள் பிறந்த முதல்நாளில் அடிக்கடி மலம், சிறுநீர் கழிப்பாள், மடியில். அதை ஏந்திக்கொள்கிற சுகம் எல்லா தாய்க்கும் உரித்தான பேரின்பம். சொல்லப்போனால், அந்த பச்சிளம் குழந்தையின் மலவாடைகூட மிகப் பிடித்தது எனக்கு. அதை நுகர நுகர எனது நாசியின் கருவறையில் எத்தனை

எத்தனை மழலைப் பூக்கள் மலரும், அவளைப் போலவே. இன்னும் அவள் பருவம் தொட்டு வயதுக்குவந்த நாளன்று அந்த தீட்டுக்கறையின் மணத்தில் நான் பால் புகட்டிய பச்சை வாசனையை அனுபவித்தேன். அவள், என் மகள். எனதுயிரின் மறுஉரு. அவளுக்கு இத்தகைய சிரமத்தைக் கொடுக்கலாமா நான். அவளிப்போது நுகர எனது சிறுநீர் பிணவாடை ஏற்றுமே...

வேண்டாம் மா. மெல்ல எழுந்து வரேன். நீ கூட வா, போதும்.

சரி மா. வாங்க. என் தோளைப் பிடிச்சுக்கங்க.

ஒருவாறாய் நிகழ்ந்தேறிவிட்டது சிறுயுத்தம். இன்னும் எத்தனைமுறை நிகழுமோ இந்த யுத்தம். சிறுநீரை நிறுத்தும் உபாயமிருந்தால் நலம். இல்லை. உயிரே அறுந்தால் இன்னும் நலம்.

அம்மா... நான் போறேன். ஏதாவது வேணும்னா கூப்பிடுங்க. ஒரு முத்தம் பதிக்கிறாள் நெற்றியில். உயிர்க்கூட்டில் சிறு மழை. நானும் பதிலுக்கு ஒரு முத்தம் தந்தனுப்புகிறேன். அறை முழுக்க மழை.

இந்தத் தேநீர், நாவை நனைக்கவேயில்லை என்பது மகளுக்குத் தெரியாது. வெண்பாவுக்குத் தெரியும்.

வெண்பா, ஏன் வரவில்லை...

நான்

நான்

அத்தியாயம் - 1

நெரிசல்மிகுந்த நகரத்தின் நரகச் சுரங்கத்தில் ஆயுட்கைதியென அகப்பட்ட காலங்களில் சுதந்திரமாய் சுவாசித்தேன், இயற்கையோடு இயைந்து வாழ்ந்தேன் என்க முடியாது. அதுவொரு எந்திரக் காலம். நான்கு சுவற்றின் கடைவாயில் அகப்பட்ட ஒற்றை காட்சியாய் எத்தனையோ காலங்கள் சுருங்கிப்போன வேதனை மிகுதியில் ஒரு முடிவு கிட்டியது அப்போது. வாழ்வின் இறுதிக்காலப் பயணத்தை கொடைக்கானலின் மலைச்சரிவுகளில் பதியமிட வேண்டும் என்பதே. மிகச்சரியாக பத்தே முறை மட்டும் கொடைக்கானலின் பாதங்களைத் தழுவி முத்தமிட்டிருப்பேன். அப்போதெல்லாம் இதே வேண்டுதல் இறைவனிடமும் இணையிடமும். வயது மூப்படைந்து வாழத் தகுதியற்ற வாழ்வின் எச்சங்களில் இங்கேயொரு கூடாரமிட்டு, நேர்த்தியாய் பசுமைகளை சுவாசித்து உடல் பிரிய வேண்டும். அவ்வாறே நிகழ்த்திய இருவருக்கும் நன்றி. நானிப்போது கொடைக்கானலின் பிரையண்ட் பூங்கா அருகே சிறுகுடிலில் வசித்தவாறு மரணத்தின் பிரயாசைகளை யாசித்துக் கொண்டிருக்கிறேன். இந்தத் தனிமையென்பது வாழ்வின்மீதான எனது சிறு ஊடல். யாருமே ஊடறுக்காத கனவுகளின் மெய்த் துவாரங்களில் யூகலிப்டஸ் நிறங்களில் இனிமை பூத்துக்கிடக்கிறது.

ஆம்... என்னால் சுவாசத்தை நேசிக்க முடிகிறது.

வாழ்க்கையின் எல்லா முரண்களுக்கும் அப்பால் வேறொரு மகத்தான நகர்விற்கு மனது தயாராகிறதென்றால் அது முதுமைதான். நான் வெறுமையைச் சுமப்பவளாய்

எண்ணியதில்லை. ஆனால் வெறுமையின் சூழலுக்கு தள்ளப்பட்டிருப்பவளாய் யாரோவேனும் எண்ணியிருக்கலாம். எல்லாம் அருகிருந்தும் ஏதோவொன்றுக்காய் குறைபட்டுக்கொள்கிற நிராசைப் பயணங்களில் தொக்கிக்கொண்டு கிழக்கின் பாடுகளுக்காய் காத்திருக்கிறேன்.

அதோ, பொழுது சாய்கிறது. மேற்கு கிழக்கை விதைக்கத் துவங்கிவிட்டது. இருளின் சமிக்ஞையில் நிலா எட்டிப் பார்த்து வெட்கி ஒளிகிறது. ஒன்றிரண்டு நட்சத்திரங்களின் ஒளி தோட்டத்து பூக்களில். நான் இன்னும் உறங்கத் துவங்கவில்லை.

நீ...

நீதான் வெண்பா, ஏமாற்றிவிட்டாய். காத்திருப்பின் கதவுகளுக்குப் பின்னால் மறைந்துகொண்டு நிழலனுப்புகிறாய். தேநீரின் கரங்களில் உன்னைக் காணவில்லை, ஏன்?

நீ வந்துபோனதாய்க் கண்ட கனவின் வடுக்களில் இன்னும் பச்சயம் மேலோங்கியிருக்கிறது. உனது கவிதையின் மடியில் இளைப்பாறிக் கொள்ள எத்தனித்திருந்த எனது கோப்பை நழுவித் தோல்வியுற்றது வெண்பா. மகள் வந்து முத்தமிட்ட ஈரத்தில் உயிர் இன்னும் உடல் சுமக்க சம்மதித்திருக்கிறது.

இருளின் கொடூரக் கரங்களில் சிக்கிப் பிளவுண்ட மாலையின் பழுப்பேறிய ரணங்களில் நீ தெரிகிறாய்.

ஏமாற்றத்தின் காரணங்களைச் சொல்லி காணாமல்போகிற யுத்தி உன்னிடத்தே உண்டு. தேடல்களைப் பழகிக்கொள்ளச் சொல்லும் நீதான், தேடும் காரணம் விளங்குமுன்னே கண்முன் நிழலாடும் மந்திரப் பிரவாகம்.

கதவுகளின் விளிம்பில் துளி ஒளி ஊடுருவும் இடுக்கின் தூசுகளில் உனது சுவாசத்தின் மூலக்கூறுகள்.

கொடைக்கானல் உறங்கத் துவங்குகிறது.

கதவைத் திற வெண்பா. உயிர் உள்ளே வரட்டும்.

அத்தியாயம் - 2

நேரம் தேயத்தேய இருளின் ஆதிக்கச் சிந்தனைகளொத்த தீர்மானங்களை மனம் நிறைவேற்றத் துவங்குகிறது. விவரம் அறியத் துவங்கிய நாள்தொட்டு இன்று வரை உடன்வந்தும் உடன்பட்டும் பிரிந்தும் இறந்தும் தொலைந்தும் போன எத்தனை எத்தனை உயிர்களை இந்த இதயப் பிண்டம் தூக்கிச் சுமந்தே அலைந்திருக்கிறது. அவர்களுக்காக அழுதிருக்கிறது. ஆர்ப்பரித்திருக்கிறது. மரணித்துமிருக்கிறது. இப்போது இங்கே, இக்கணம் ஒன்றிரண்டு சிலுவைகள்தான். பெரிதும் பாரமில்லை.

எப்போதும் எல்லோரும் உடன் வருவார்களென்பதெல்லாம் பொய். வெறும் மாயை. இதோ, தனித்திருக்கிறேன். இந்த அறையின் நிசப்தங்களுக்கு யார் தாழிடுவது... மௌனமாய் நான் விடுக்கும் வேண்டுதல்களுக்கு யார் செவிமடுப்பது.

அதோ, கதவு திறக்கிறது...

உணவுக் கிண்ணத்துடன் எனது பேரின்பம். கூடவே புன்னகையும்.

மெதுவா வாங்கப்பா...

மகள் கரம் பிடித்து அவர் உள்ளே நுழைகிறார். அப்பாவும் மகளும் ஒட்டிப் பிறந்த பிள்ளைகள்போல் சற்றும் தரங்குறையாத மெத்த அழகு. ஒரே சிந்தனையற்ற முரணாளர்கள். ஆனாலும் அன்பாளுமைகள்.

மெல்ல அருகமர்ந்து கரம் பிடிக்கிறார் அவர். பழுத்த மோகத்தின் சுவை அந்த ஸ்பரிசத்தில்.

ஏன், இப்படி எல்லோரும் கஷ்டப்படுறீங்க என்னைப் பார்க்க. இருந்தா இருக்குறேன். இல்லேன்னா போகவேண்டியதுதான். நீ ஏம்மா அப்பாவ கஷ்டப்படுத்துற. அவரே முடியாதவரு.

அப்பாதான் மா பார்க்கனும்னு சொன்னாரு, பிடிவாதமா. அவரால பேசவே முடியல. ஆனாலும் உன் போட்டோவ காண்பிச்சு காண்பிச்சு உளர்றாரு. அதான் மா கூட்டிட்டு வந்தேன். பேசாம அப்பாவ இந்த ரூம்லயே இருக்கச் சொல்லேன். அவரும் நீயும் முகம் பார்த்தபடி நிம்மதியா இருக்கலாம்.

அவள் அப்படிச் சொன்னதும் அவரின் முகத்தில் புன்னகையின் விசும்பல்.

அவர், எனது இறந்தகாலங்களின்சாவி. இத்தருணத்தின் மேய்ப்பன். இந் நொடி வரை எனது உறுதி செய்யப்பட்ட மூச்சு.

நானும் அவரும் பொருந்திப் பார்த்து வாழ்ந்தவர்களே அல்ல. வருந்த பாரம் சுமந்தவர்கள். இருவருக்கும் ஒரே கவலைதான் இன்று வரை. என்னைப்பற்றி அவர். அவரைப்பற்றி நான். வேறெதுவும் சிந்திக்கத் தெரியாது இருவருக்கும். இந்த இணைப் புள்ளிதான் எங்களின் கடந்தகால மகிழ்ச்சிக்குரிய இல்லறத்தின் அடையாளம். என்னை அப்படியே ஏற்றுக்கொள்ள எவருக்கும் துணிவு தேவை.

அத்தனை கரடுமுரடானவள். சொல்லென்றாலே முள் தைப்பவள். வாழ்க்கையின்மீது எப்போதுமே ஒரு குறையை முன்வைத்துக்கொண்டேயிருக்கிற ஆதிக்கவாதி.

அவர் சிரித்தால் உயிரின் வேர்களில் நீலம்பூத்த கடல்

நுரைகளின் பிம்பத்தைப் பார்ப்பேன். இப்போது கடலே தெரிகிறது. கண்களின் வழியாய் நுரை ததும்ப இருவரும் கரைசேரவியலாது முகம் பார்க்கிறோம்.

கரங்களை மெல்ல எடுத்து வாயில் கோர்த்து, 'சாப்பிடு' எனச் செல்லமாய் உத்தரவிடுகிறார்.

சரியென தலையசைக்கிறேன். முகம் மலர்கிறார்.

தேகம் முழுக்க பேரன்பின் கவிதைகள், உலர்ந்த தசைகளை இறுக்குகிறது.

அம்மா... நான் ஊட்டிவிடுறேன். சாப்பிடுறீங்களா... அப்புறம் போறேன்.

வேண்டாமடி... நான் சாப்பிட்டுக்குறேன். நீ போய் சாப்பிட்டுத் தூங்கு. காலைல வந்து பார்.

கம்பளி போர்த்திவிடுகிறேன் அம்மா, நடுங்குறீங்க...

போர்த்தியபிறகு அவளும் அவரும் விட்டுச்சென்ற அன்பின் கதகதப்பையும் சேர்த்துப் போர்த்தியவாறே இருவரும் போகும் திசை பார்க்கிறேன்.

வரும் திசை வெண்பாவுக்கு மறந்திருக்குமா?...

அத்தியாயம் - 3

தனிமையின் அடர்த்தி மெல்லச் சூழும் உச்சபட்ச கவலையின் கிறக்கத்தில் மனமுடைகிறேன். எல்லாமிருந்தும் ஏதோவொன்றின் இழப்பினால் தலைகவிழ்ந்து கிடக்கிற வார்த்தைகளை என்ன செய்வது...

அறையின் நிசப்த ஒலிகள் செவிகளறைய உறைகிறது மௌனம். யாரிடம் கேட்பது வெண்பாவைப் பற்றி?...

வெண்பா எப்போதுமே நான் தேடுமுன்னே கூடடையும் காடு. பேசினாலும், மௌனம் போதித்தாலும் பெருங்காடே இசை துழாவும் மூங்கில் அலைகளோடு எனை நிரப்பும் ஒரே ராகம்தான். ஆணவம் கனக்கும் சொற்களில் உயிர் நீவும் சூட்சமமும் உண்டு. அது, வெண்பாவின் அன்பினாலானது.

வெண்பா பேசும்போது குறுக்கே பேசக்கூடாது. கோபத்தைவிடவும் வெண்பாவின் அமைதி கொடியதாய் தண்டிக்கும். எப்போது என்ன நினைக்கிறேனோ, எங்கே நிலைகுலைந்து வீழ்கிறேனோ, அப்போதொரு கை என்னை ஏந்த ஏதுவாய் மனமேந்தி நிற்கும். வெண்பாவின் கரங்களில் தூய நிறத்தாலான ஆன்மாவைப் பார்த்திருக்கிறேன். அது, வேற்று நிறங்கள் பூசாதது. ஒரே நாக்கு. ஒரே சொல். ஒரே அன்பு. அதன் மென்துயர்தான் சற்றேறக்குறைய கொன்று உயிர்ப்பிக்கும். ஆழமாய் கண்டிக்கவே தெரியாத வெண்பாவால் இப்போதெப்படி இந்தக் காத்திருப்பின் வலிகளைத் தந்துதவ முடிந்தது.

ஆம். இது, பேரன்பால் ஆனது. தூய்மையான பிரிவு. இதன் சுகதுக்கங்களுக்கு அப்பாற்பட்டவளாய் என்னை சுவீகரித்துக் கொள்கிறேன்.

வெண்பா... நீ எங்கிருந்தாலும் நலமோடிரு.

சிந்தனையின் உச்ச வலிகளால் குரூரமாய் குத்திக் கிழிக்கப்படுகிற விநாடிகளை துல்லியமாய் கணக்கெடுக்கிறது இதயம்.

இதோ, மீண்டும் அதே வலி... அதே பயம் சற்றுக்கூடுதல் சுமையோடு. மார்பின் துடிப்பில் அமிலம் சுரக்கிற சேதியை மூளை அறிவிக்கிறது. சுவாசங்களின் பாதையில் மற்றுமோர் மறியல். வியர்த்து வழியும் குமிழ்கள் உடையாதபடி தேகம் மைனஸ் டிகிரியில் உறையத் துவங்குகிறது.

அவளை அழைக்கிறேன். அவரை அழைக்கிறேன். அவர்களை அழைக்கிறேன். யாருக்காவது கேட்டிருக்குமா, எனது மௌனத்தின் பேரிரைச்சல்? அதோ, யாரோ வருகிறார்கள். அவர்களின் மடி எனது இறுதிமூச்சின் கல்லறை. அவ்வாறே நிகழட்டும். மரணத்தின் இரண்டாம் கதவு திறக்கிறது.

கண்கள் மடிய யாசித்த முகமொன்று இறுதிப் பார்வையின் நுட்பத்துளையில் ஊடுருவுகிறது.

அது வெண்பாவின் நிழல்...

அத்தியாயம் - 4

ஓய்வெடுக்கட்டும் அவங்க. யாரும் தொந்தரவு செய்யாதீங்க. இம்முறை வந்த மாரடைப்பு கொஞ்சம் பயமுறுத்திருக்கு. நல்லவேளை, சீக்கிரமா கூட்டிட்டு வந்து சேர்த்தீங்க. உயிர் பிழைச்சது ஆச்சர்யம். கடவுள் துணையிருக்கார். நிறைய ஓய்வு தேவை அவங்களுக்கு. யாராவது கூடவே இருங்க. அப்புறம்...

அவங்க ஆசை ஏதாவதிருந்தா கேட்டு நிறைவேற்றி வைங்க, முடிந்தால். வீட்டுக்கு அழைச்சுட்டுப் போக வேணாம். இங்கேயே எங்க பார்வை முன்னாடி இருக்கட்டும். அவசரம்னா கூப்பிடுங்க.

டாக்டர் இப்படித்தான் சொல்லிவிட்டுப் போயிருப்பார். லேசான தெளிவோடு உயிர் இருக்கிறது. அதுவும் நலமோடிருக்கிறது. அதிசயம்தான். கண்களை மூடிய இந்நிலை எவ்வளவு நேரம்... கண் திறந்ததும் முதலில் வெண்பாவின் முகமறிய வேண்டும். சிரிக்க வேண்டும். அழவும் வேண்டும். எல்லோரும் இருப்பார்கள். வெண்பாவுக்குரிய முன்னுரிமை எங்களுக்கில்லையா எனச் செல்லமாய் சண்டையிடுவார்கள். வெட்கப்படுவேன். புன்னகை தேய்வேன். ஆனாலும் மகிழ்வோடிருப்பேன்.

எத்தனையோ இறப்பின் இறுதிக் கணங்களிலிருந்து என்னை விடுவித்த வெண்பாவுக்கு உகந்த இந்தத் தூய அன்பின் நிமித்தம், நானதை அங்கீகரித்து சிரமேற்றிக்கொள்ளக் கடமைப்பட்டவள்.

விழிக்கட்டுமா... இமைகள் மறுக்கிறது. உடல் அலைக்கழிக்கிறது. நினைவுகளின் நங்கூரத்தினின்று கிழிந்து பெயரும் உயிரின் பிம்பங்களை நான் காணக்கிடைக்கிற நேரம் இதுதானா... எனில், விழி திறக்கிறேன். இந்த இருள் பெருஞ்சுமை எனக்கு. இந்த மோனநிலை துளியும் சம்மதமில்லை எனக்கு. பேசிக்கொண்டேயிருக்கிறபோது உயிர் பிரிந்தாலும் உத்தமம்தான். இதென்ன பாரம்... சுமக்கவும் முடியாமல், இறக்கவும் முடியாமல், உடலசைகிறேன் வெண்பா. விரலசைக்கிறேன் வெண்பா. எல்லோரையும்போல நீயும் ஆவலோடிரு. அவர்கள் எனது நித்திய பேரன்பாளர்கள். நீயெனது உத்தமப் பேரன்பு. கவனமாய்க் கேள். மூச்சிழுத்து வெளியேற்றுகிறேன்.

உனது பெயர் கனக்கிறதா உனக்கு?...

அத்தியாயம் - 5

பாட்டி... பாட்டி... எழுந்திரு...

உனக்காக, நான் சாமிய வேண்டிட்டு வந்துருக்கேன். கண்ணத் திறந்து பாரு, பாட்டி.

ஒரு மழலைக் குரலின் உத்தரவில் இறைவனின் அதிகாரத் தொனி கேட்கிறது. எழ வேண்டும் நான். எனது வீழ்ச்சியைப் பார்த்து களிப்படைந்தவர்களையே கண்டு சோர்ந்த நானிப்போது எழ வேண்டும் என்பது எத்தனை பெரிய சவால். விழித்தவுடன் எனது சாயலில் ஒரு குழந்தையின் உருவம் எனக்கு முத்தமிடும். கட்டியணைக்கும். புன்னகைக்கும். ஆஹா... அது வரம். பேரின்பம். ஆனால் வெண்பாவும் நின்றிருந்தால் இன்னும் நலம். அந்தக் குரல் மட்டும் கேட்கவில்லையே...

பாட்டி... எழுந்திரு.

அது வெண்பாவின் குரலில்லை.

பாட்டி...

வெண்பா பேசவில்லை.

பாட்டி... நான் போய்டுவேன்.

போகாதே கண்ணே. போவதாகச் சொன்ன யாருமே திரும்பவில்லை கண்ணே. போகாதே. பார்வையின் தூரங்களை அனலிட்டு நிரப்பாதே. சுடும் நீரின்

தேய்வுகளில் கன்னக் கதுப்பில் வெண்ணிற ஆடைகள். அதை முத்தங்களால் தேய்த்தெடுத்து ஒத்தடம் தருமுன் போய்விடாதே கண்ணே. எனது மகளின் மகளே... இதோ விழிக்கிறேன். உனது குரலின் தேய்வில் ஏக்கம் நுழைய அனுமதிக்கமாட்டேன். சோர்ந்துபோகக்கூடிய சொற்களில் உன்னைத் தேங்க விடமாட்டேன். உயிரை உதறித் தள்ளி 'பொசுக்'கென்று விழிக்கிறேன். மரணமோ, மௌனமோ எதிர்கொண்டிரு. எதிரேயே நில்.

பாட்டி கண்ணth திறந்துட்டாங்க. அம்ம்ம்ம்....மா....

மெதுவாக இமை திறந்து நழுவுகிறது. இருள் விலகுகிறது. இரண்டடியில் உலகம் ஒன்று உரக்கக் கூவிய சப்தத்தின் சிருங்காரத்தில் பெருங்கூச்சலிடுகிறது ஆன்மா.

மகள்...

மகளின் மகள்...

அவர்...

நான்...

இன்னும் இந்த அறையை நிரப்ப வேறென்ன தேவை...

அன்பா...

பொருளா...

சப்தமா...

இருளா...

இசையா...

உயிரின் வனமா...

உயிர்த்தெழுந்தா இருக்கிறேன்? எல்லோர் முகத்திலும் ஏன் இத்தனை பிரகாச விடியல், ஏனித்தனை ஆவல். என்னைப் பிழைக்கச் செய்து தன்னை நிறைவுசெய்யும் இவர்களின் அன்பில் இன்னும் திளைக்க இறைவனளிக்கும் இன்னோர் வாய்ப்பா, இந்த வாழ்க்கை?...

கண்ணே... இங்க வா.

பாட்டி... .நல்லாருக்கீங்களா...

முத்தமிடுகிறேன், கன்னத்தில்.

பதிலுக்கு முத்தமிடுகிறாள், கைகளில்.

நான் நல்லாருக்கேன்.

நீ பயப்படாத. தூங்கலயா இன்னும்...

உங்களுக்கு உடம்பு சரியில்லன்னு இங்கேயே இருந்துட்டேன் பாட்டி. இப்போ போய் தூங்குறேன். நீங்க சாப்பிடுங்க, சரியா...

சரிமா தங்கம். நான் பாத்துக்குறேன். நீ, அம்மாவ கூட்டிட்டுp போ.

அம்மா... ஓ,வென்று அழுகிறாள்... மகள்.

ரொம்ப பயந்துட்டேன் மா உனக்கு ஒன்னுனா தாங்கமாட்டேன் மா... அப்பாவும் பயந்துட்டாரு மா. இங்கேயே உட்கார்ந்துட்டாரு. அழுதுட்டே இருக்காரு மா...

இதையெல்லாம் ஏத்துக்கனும் மா. நீதான அப்பாவுக்கு தைரியம் சொல்லனும். பாரு... மறுபடியும் பொழச்சிருக்கேன். எதுக்குன்னே தெரியலயே...

நீ நல்லாருப்ப மா. உனக்கு ஒன்னும் ஆகாது. நாங்க எல்லாம் இருக்கோம்ல.

தேம்பித் தேம்பி அழுகிறாளே... என்ன செய்வேன்?

சரி மா. அழாத... குழந்தையையும் அப்பாவையும் கூட்டிட்டுப் போம்மா. இப்பவே பாதி ராத்திரி ஆயிடுச்சு பாரு...

அப்பாவ பத்திரமா பாத்துக்கோ.

அப்புறம் மா...

வெண்பா ஏன் வரல...

அப்பாவும் மகளும் அந்த அறையும் 'திடுக்'கென்று நிசப்தம் அணிந்தனர், எனது கேள்விக்குப் பிறகு.

என்னவாயிற்று வெண்பாவுக்கு...

நினைவுகளின் கூடாரத்தில் வெண்பாவுடனான எனது பயணத்தை நிலைநிறுத்துகிறேன். கண்கள் பருகாத உறக்கத்தின் பசிக்கு நினைவுகளின் உணவிடுகிறேன். வலிகளை மறக்க வலிமை வேண்டுமெனில்... கொஞ்சம் வலிகளற்ற காலத்திற்கு நகரவேண்டும்.

வெண்பா... யார்?...

அந்த முதல் சந்திப்பை வாசிக்கிறேன்.

இருள் இன்னும் அடர்ந்து நிலைகுலைகிறது. நான் வெளிச்சங்களை ஏந்தி உள்நுழைகிறேன்.

◉

நாம்

நாம்

அத்தியாயம் - 1

அது ஒரு மாபெரும் இலக்கிய மேடை. கவிஞர்கள், இலக்கியவாதிகள், எழுத்தாளர்கள் புடைசூழ விழா இனிதே துவங்குகிறது. ஒன்றிரண்டுபேருக்கு மேல் பரிச்சயமில்லாத முகங்களின் நடுவே நான் ஒற்றை எழுத்தாய் அமர்ந்திருக்கிறேன். மேடையில் தமிழும் கவியும் பரிசும் நாற்காலிகளும் தவிர்த்து, ஒற்றை ஆள் மூன்றாவது இருக்கையில் முன்னமர்ந்த கூட்டத்தை வெறிக்கப் பார்த்துக்கொண்டிருக்க... திடீரென கரவொலி எழும்ப, மீதமுள்ள நாற்காலிகள் தனதிருக்கையில் பெருந்தலைகளை அமரவைக்கிறது. ஒவ்வொருவர் கையிலும் ஒற்றைத்தாள் குறிப்பு.

இதுவே நான் கலந்துகொள்கிற முதல் இலக்கிய மேடை. இங்கே பரிமாறப்போகிற மொழியின் அகழ்வாராய்வுகளுக்காய் நானும் காத்திருக்கிறேன். மரியாதையை தோள்களில் போர்த்திக் கொண்ட ஒவ்வொருவரின் கைகளிலும் சிறு பூங்கொத்து ஒன்றும். அதை நாற்காலிக்குக் கீழ் அமர்த்திவிட்டு பூவெனச் சிரித்தபடி ஒருவர்பின் ஒருவராய் பேசத் துவங்க...

நான், எனது நாற்காலியின் நுனிக்கு நகர்கிறேன். ஒரு கன்னத்தை கைகளால் தாங்கி மறுகன்னத்தை ஞானத்தால் தாங்கி, விழி உயர பேச்சை கேட்கத் தயாராகிறேன்.

பேசத் துவங்குகிறார்கள். பேசுகிறார்கள். பேசிக்கொண்டேயிருக்கிறார்கள். மொழி என்றால் என்ன... கவிதையின் காரணம்... எழுத்துகளின் இயக்கம்...

வாழ்க்கையின் பொருள்... இப்படி, எல்லாமே சலசலக்கிறது மேடையில்.

எந்தக் குரலின் சாராம்சத்திலும் இலக்கிய நெடி வீசவேயில்லைதான். நான் பாரதியையும் வள்ளுவனையும் எதிர்நோக்கியிருந்தது தவறுதான். எனது ஞானத்தை புடமிட்டுப் பார்க்கும்படி சோதித்தறியும்படியான ஒரு ஓங்காரப் பேச்சை எடுத்தெறிய யாரேனும் வரட்டும், இல்லையேல் புறப்படுவோம் என, இருக்கையில் முதுகை தாழ்த்திப் பின்னகர்ந்து அமர்ந்துவிட்டேன்.

எல்லோரும் பேசி முடிக்கவும் இடைவேளை வரவும் தேநீர் தந்துதவுகிறார்கள். இந்த பித்த மூளையை தேநீர் சுறுசுறுப்பாக்கும் என எண்ணிக்கொண்டிருந்த அவர்களின் தன்னிலை விளக்கங்களுக்கு ஒப்ப நானும் கரவொலி எழுப்பி அவர்களை ஆதரித்ததாய் காட்டி தேநீர் கோப்பையுடன் வெளியேறுகிறேன்.

எதை எதிர்பார்த்து அரங்கத்தின் உள்நுழைந்தேனோ அதை தேநீரின் ஆவி பருகிக் கொண்டிருந்தது. என்னை கவ்விக்கொண்டு ஒரு வனாந்திரத்தின் நிலப்படுகையில் வீசிவிட்டு கரமசைத்துச் செல்கிற புத்தர்களின் உபதேசங்களில் நான் மாய்வதில் பெருமகிழ்வடைவேன் என அவர்களுக்குத் தெரியாது. இருளைவிடவும் ஒளியின் சுடு ஆதிக்கத்தில் திளைத்துக் கிடப்பவளின் மூச்சுக்காற்றில் இவர்கள் கார்பன்-டை- ஆக்சைடை ஊதிவிட்டு வேடிக்கை பார்க்கிறார்களே!

தேநீரை கடித்துக் கடித்து மென்று விழுங்குகிறேன்.

மீண்டும் ஒலிபெருக்கியை சரிசெய்கிறார்கள். அறிவிப்பாளர் முன்வருகிறார். சரி, உள்நுழைவோம்.

எனதிருக்கையில் வேறொரு நிழல். அய்யோ, வேறு இடமில்லையே அமர. யாரிந்த உரிமைப் போராளி எனதிருக்கையின் ஒய்யாரத்தைப் பங்கிடுவது.

முன்கூட்டியே வந்து தேர்ந்தெடுத்து அமர்ந்த ஒளியின் புறப்பாட்டில் யாரது, பாவி போன்ற உருவம்!

இங்கே நான்தான் அமர்ந்திருந்தேன். கொஞ்சம் இடம் விடுகிறீர்களா... கேட்டுவிடுவோம் எனது ஆஸ்தான இருக்கையை என வாய்திறக்குமுன் அவரே எழுந்துவிட்டார். எனது மனக்குரல் இத்தனை தெளிந்த நீரோடையா... நினைத்தவுடனே எழுந்து இடமளித்த வள்ளலே... வாழி நீ! ஆனால் நகருங்கள். மறைக்கிறது.

அவர் மேடையேறிவிட்டார்.

கூட்டத்தில் பெருத்த கரவொலி, ஒன்றிரண்டு விசில் சப்தங்களும் எனதிருக்கையை ஆக்கிரமித்த அந்தப் பெயரறியாத முகத்திற்கு. நான் இன்னும் கரமெழுப்பவில்லை. ஆனால்...

யார் இவர்?

பொன்னாடை போர்த்த ஆள் பற்றாக்குறையென கூட்டத்திலிருந்து ஒருவராய் போகிறாரோ...

புகைப்படக் கருவிகள் இவரையே புடைசூழ்கிறது. இன்னும் முகம் தெரியவில்லை. முதுகின் பரப்பில் புத்தனின் சாயல். ஆனாலும் நான் ரசிக்கமுடியாத கையொப்பங்களைத்தான் இவரும் இடப்போகிறார். கிளம்பத் தயாராகிறேன். எழுகிறேன். அமர்கிறேன். அமர்ந்து எழுகிறேன். எழுந்து அமர்கிறேன்.

அதோ, ஒரு குரல் என்னை தடாலென அறைகிறது இருக்கையில். சொற்களின் ஆணியால் அறையப்பட்டுவிட்டேன். கம்பீரக்குரல். தெய்வீகத் தோரணை. அகம் முழுக்க தமிழும் தமிழ்சார்ந்த உலகும்.

உனது பெயரை அறிமுகம் செய்யாத பெரும்பாவிகளை நான் மன்னிக்கமாட்டேன். எல்லோருக்கும் அறிந்த முகமாய்

இருந்துவிட்டுப் போ. எனக்குள் பெயரறியாத மொழியாய் ஊடுருவாதே. யாரிடம் கேட்பது, அந்தக் குரலுக்குரிய கிரீடத்தை!

அதோ... பேசத் துவங்குகிறது அந்தக் குரல்.

இருக்கையின் நுனிக்கு நானாய் நழுவுகிறேன். கரங்களைக் கட்டி கக்கத்தில் அடைத்துக் கொள்கிறேன். என்னை மறந்து கரவொலி எழுப்புகிறேன். எல்லோரும் பார்க்கிறார்கள். அந்தக் குரல் மெல்லச் சிரித்தபடி..

நன்றி தோழி... என்கிறது.

அத்தியாயம் - 2

அக்காலக் கவிஞன் தொட்டு பிற்கால தமிழுலகம் தொடர்ந்து இக்கால மொழியறிவு வரை அத்தனையும் நாவின் நுனியில். பேசப்பேச தமிழ் பிழைக்கிறது அவனது நாவில். நரை தோன்றத் தயாராகும் முந்தைய பருவத்து முற்றிய இளைஞனாய் மேடையில் வீற்றிருக்கும் அந்த உருவத்தின் பெயரை யாரேனும் சொல்லிவிடுங்கள். இல்லை கேட்டுவிடலாம்.

விழிகள் விரிய விரிய உள்ளிழுத்து ஆசுவாசம் கொள்கிறேன், அவனது சொற்களின் வாசங்களை. இலக்கணப் பிழையின்றி இலக்கியத்தில் குறையின்றி ஆங்கில பெருங்கவிஞர்கள் துவங்கி, தமிழ் மொழியுலகில் நவீன இலக்கிய நிலைகுறித்த அத்தனையும் செவிகளின் திரையில் ஒலிப்பேழையாய் பதிகிறது.

நன்றி தோழி என்றானே... அப்போதாவது பெயர் கேட்டிருக்கலாம்.

இல்லை... இல்லை... அது நாகரீகமில்லை. பொறுத்தார் பூமியாள்வார். நான் என்னை எனக்குள் மடித்து பத்திரப்படுத்துகிறேன்.

உரைமுடிகிறது. கரவொலிகள் ஏகபோகமாய் அவனை ஆள்கிறது. மேடையில் நிற்கவில்லை. கீழிறங்குகிறான். இப்போது நான் கையகப்படுத்திய இருக்கையை உவந்தளிக்க எழுகிறேன். அவன்..

அங்கேயே நின்றுகொண்டான்.

விழா முடிந்தது.

அவனைச் சுற்றி ஈக்களாய் மனிதர்கள். கரம்பிடித்து உலுக்குகிறார்கள். தோள் தடவி பாராட்டுகிறார்கள். என்னென்னவோ பேசுகிறார்கள். நேரம் தேய்கிறது. அரங்கத்தின் சன்னல்களை அடைப்பவன் என்னையும் வெளியேற்றிவிடுவான். அதற்குள் அந்தப் பேச்சாளனிடம் பெயர் கேட்டுவிட வேண்டும். அவனிடமேதான் கேட்க வேண்டும்.

ஆவல் கழிகிறது. அவனைச் சூழ்ந்த முகங்கள் விடுவதாயில்லை.

சரி, நான் கிளம்புகிறேன். இன்னோர் சந்திப்பில் கேட்போம். அதுவரை பெயரறியாமலே காத்திருப்போம்.

வாயிற்கதவு நோக்கி நகர்கிறேன்.

'திடுக்'கென்று ஒரு குரல், பின்னால் வந்து 'தோழி'! என அழைக்கிறது.

அவனேதான்...

வணக்கம் தோழி. நலமா...

ஆஹா... மழையொன்று 'வெடுக்'கென்று புறப்பட்டு நிலம்நோக்கி வீழ்தல்போல, இதென்ன குரலொன்று மனம் நோக்கிப் பாய்கிறது!...

வணக்கம். நலம்தான். நீங்க?...

நலம்.

உங்கள் பேச்சு மிக அருமை. மெய்மறந்து ரசித்தேன்.

கவனித்தேன். தனியாக கை தட்டினீர்களே!

ஏளனமாய்ச் சொல்கிறானோ... இருக்காது.

பெருமைப்பட வேண்டும் அவன். சிவாஜி கணேசன் நடித்த திரைப்படங்களைப் பார்ப்பதற்கு தவிர வேறெங்கும், எதற்காகவும் இருக்கையின் நுனியில் அமர்ந்து மெய் தாழ்ந்து உறைந்ததேயில்லை, நான்.

மகிழ்ச்சிங்க. மீண்டுமொரு விழாவில் சந்திப்போம்.

ஒரு நிமிடம்...

சொல்லுங்க தோழி!

நீங்க புத்தகங்கள் ஏதேனும் எழுதியிருக்கிறீர்களா?...

இதுவரை இல்லை.

அடப்பாவி... நூறு புத்தகங்களின் ஆய்வை இருபதே நிமிடத்தில் ஒரு பேருரைக்குள் ஒப்புவித்த ஞானக்காரா... இன்னுமா ஒரு புத்தகமும் உன்னை எழுதவில்லை. மனதிற்குள் அவனைத் தொழுகிறேன்.

புறப்படுவோமா... தோழி.

சரி. நன்றி.

கிளம்பிவிட்டோம்.

என்னைவிடவும் கொடிய கலகக்காரன். எனது பெயரையும் கேட்காமலே போய்விட்டான். ஆனால் மூன்று முறைக்குமேல் அவனழைத்த பெயரொன்று மனதின் வேர்களில் பிரியமாய் பதிந்துபோனது.

நானவன் தோழி!...

அத்தியாயம் - 3

பயணம் முழுக்க அவன் அலங்கரித்த வார்த்தைஜாலங்கள் கண்முன்னே நிறங்களின் நிழலாய். எத்துணை வலிமைமிகுந்த பேச்சு... எளிமைமிகுந்த அறிவு. வேறெங்கிலும் கேட்டிராத குறைதான் இப்படி, இங்கேயே தேங்கி நிற்கிறேனோ! இல்லை. இவனது சொற்களின் சிதைவில் உடைந்த உலகமும் ஒட்டிக் கொள்கிறது. ரசனைகளுக்கும் அப்பால் வசீகரத் தோற்ற பித்தங்களை உருவாக்குகிறது. தமிழை நேசிக்க ஆழமாய்த் தூண்டுகிறது.

வாழ்க, அவன் பல்லாண்டு!

வீட்டின் வாசலருகே கழற்றிவைத்த காலணியோடு இதர கவனங்களும் புறம் போக உள்நுழைகிறேன்.

கணவனின் கரம் பற்றுகிறேன். அந்தப் பேச்சாளனைப் பற்றி சிலாகித்து விளக்குகிறேன். பொறுமையாகக் கேட்கிறார். கவனமாகவும் காது கொடுக்கிறார்.

வந்ததும் வராததுமாய் கேட்காததைக் கேட்டுவிட்ட மிரட்சி உன் கண்களில் மிதக்கிறதே... அப்படி யார்தான் அவர்?

ஆஹா... மனிதன் ஐயா நீர். கணவனிடம் மனைவி வேறொரு ஆண்குறித்து புகழ்ந்து பேசினால் காதுகள் அடைத்துக்கொள்ளும் கலகக்காரர்கள் மத்தியில் தெய்வம் நீ...

மகிழ்கிறேன். எத்தனை அழகான புரிதல். எத்தனை பிரமாண்ட பேரன்பு. இதோ, நான் மறைக்கவில்லை. யாரோ

என்று பார்த்தது துவங்கி, தோழியென்ற பதவி பெற்றுத் திரும்பியது வரை அத்தனையும் சொல்கிறேன். உனது மடியில் கிடத்திய எனது மௌனத்தை உறங்கவைத்து தோள்களில் சாய்ந்துகிடக்கும் எனது இரைச்சல்களைக் கவனி.

நானொரு பெருங்கவிஞனை சந்தித்துத் திரும்பியிருக்கிறேன்.

சொல்லிச்சொல்லி மீள்கிறேன்.

கேட்கிறார்.

மகிழ்கிறேன்.

அப்படியே உறங்கிப்போனேன்.

விடியலை போர்த்திவிட்டிருந்தார் அவர்.

அத்தியாயம் - 4

அன்றொரு விடியல் மட்டுமே சரியாய் புலர்ந்தது. அதன்பிறகான காலங்கள் வெறும் மாயை. உலகம் விசித்திரமானது. எதுவொன்றோடும் ஒட்டிக்கொண்டே திரியவியலாத பிணக்குகளை உருவாக்கிக்கொண்டே போகும். எங்கும், எப்போதும் தேங்கி நிற்கவியலாத காலத்தின் ஓட்டத்தில் மூச்சிறைக்க பின்தொடரும்பட்சத்தில், மறைந்தேபோகும் நாம் நமதென்ற கனவுகள். எதை விடுத்தோம், எதை எடுத்தோம், எதுவுமே தெரியாது. யார் யாரோ பங்கிட்டுக் கொள்வார்கள். இந்த மகிழ்ச்சி என்பது நம்முடையதல்ல. பிறருடையதுமல்ல. தன்னியல்போடு வாழத் தகுந்தது.

நான் நிற்க ஒவ்வொருவராய் நகர்கிறார்கள். உழைப்பின் உத்தரவுகளைப் பின்பற்றி புறமுதுகே வளைய தெறித்தோடும் கணவனின் நலம் ஒருபுறம்... வளர்ந்து ஆளாகி பருவப் பெண்ணாய் உயர்ந்து நிற்கும் மகள் ஒருபுறமென, எனதகம் புறம் இரண்டையும் அவர்களின் மீதான கவனத்தில் ஒப்படைத்துக்கொண்டே நகர்கிறேன்.

எப்போதாவது இத்தனை அலுப்புகளுக்கும் இடையிடையே நான் விரும்பும் இலக்கியச் சந்திப்பு நிகழ்வுகள், புத்தகங்கள் என, எனது இளைப்பாறுதலுக்கான மரத்தை செழிப்பாகவே தொடரவும் முடிந்தது. அத்தனையும் உன்னத உறவாய் எனதுயிரில் இனிக்கும் கணவனின் மேலான சுதந்திரச் சிந்தனையே. நான், எனது என்ற எந்த ஒரு ஒத்திகையிலும் தனது நாடகங்கள் அரங்கேற்றியதேயில்லை அவர். எனது நேசம் தமிழென்பதும் அதைத் தேடித் தொலைபவள் என்பதும்

அவர் அறியாததில்லை. எனவேதான், 'பத்திரமாய் போய் வா...' என்பது தவிர, வேறெந்த உத்தரவும் இட்டதேயில்லை அவர்.

கல்லூரிப் படிப்பும் முடிந்து வேலைக்குச் செல்கிறாள் மகள். படிக்கவோ, வேலை செய்யவோ அவளை வேற்று ஊர்களுக்கு அனுப்பவேயில்லை. எங்களுடனே இருந்து பழகிய அவளுக்கு நாங்கள் மட்டும்தான் சொர்க்கம்.

பேராசிரியப் பணியைத்தான் தேர்ந்தெடுத்தாள். எனக்கு கணக்கே வராது. முப்பத்தி நான்கிற்கு ஒன்று கடன் வாங்கி முப்பத்தைந்தைப் பெற நடையாய் நடப்பேன், ஆசிரியரின் டேபிளுக்கு. ஆனால் மற்ற பாடங்களில் நூற்றுக்கு தொண்ணூறு குறையாது. சிரிப்பாள் ஆசிரியை. பாவமென கடன் கழித்து முப்பத்தைந்தைப் பெற்ற பேரின்பம்தான் பெரும் சாதனை எனக்கு. என் மகளோ, கணிதவியல் துறையில் பேராசிரியை. இதுதான் வாழ்க்கை கணக்கு. அவள் கழித்ததையெல்லாம் கூட்டுவேன் நான். நாங்கள் கூட்டிக் கழித்ததையெல்லாம் பெருக்கித் தொடுத்து வகுத்தாராய்வார் கணவர்.

அற்புதமான உறவுகளின் கூடாரம் எனது வீடு.

நாங்கள் மாப்பிள்ளை தேடுமுன்னே அவள், தனது வாழ்க்கைத் துணையை தேர்ந்தெடுத்து அறிமுகப்படுத்திவிட்டாள். பிடித்துப்போனது. மனங்களை இணைத்தோம். மனம் மகிழ்ந்தோம். அவள் இன்னும் மகிழ்வாய் இருக்கிறாள். பாக்கியசாலி, உள்ளூரிலேயே துணை தேடிக்கொண்டு எங்களை விட்டகலாத நிறைவோடு ஒரு மகள் பெற்ற மகிழ்வோடு மகிழ்ச்சி அவள் வீட்டில் முழுதாய் இருக்கிறது.

அதுபோதும் எங்களுக்கு.

கணவர் ஓய்கிறார். உழைத்துக் களைத்த சோர்வின் ரேகைகளை துடைத்தெடுத்து அவரின் எஞ்சிய வாழ்வின்

இன்பங்களுக்கு உரமிட வேண்டும் நான். அவருடனே இருந்து அவரன்பில் கலந்து அவர் விழிப்பில் விடியலைக் காணவேண்டும் நான். தனிமைகளைத் துரத்த அவ்வப்போது மகள் வருவாள். மகளின் கைக்குழந்தை எங்களின்பத்தின் தூளியை அசைத்துக் கொண்டே நகர்ந்ததில் இந்தக் காலம் வெகுதூரம் என்னை இழுத்துச்சென்றதை உணர்கிறேன்.

தமிழும் அறிவும் புத்தகங்களின் வாசனைகளையும் மறந்து தொலைத்த கரையான் பெட்டகத்துள் மீண்டும் நுழைகிறது, துரும்பேறிய மூளை. கடந்த காலங்களில் கலந்துகொண்ட எல்லா இலக்கியச் சந்திப்புகளிலும் அந்த முகம் புலப்படவேயில்லை.

'தோழி' என்றழைத்த குரலின் ஈரம் இன்னும் எனது செவியின் வேர்களில். யார் யாரையோ கேட்டும் யாருக்கும் தெரியாமல் தொலைந்துபோன அந்த முகத்தின் முகவரியை எவ்வாறு கண்டடைவேன். இத்தனை வருடங்களாய் தனது குரலையும் தமிழையும் எங்குமே பதிக்காமலா ஓர் ஆன்மா தொலையக்கூடும். இல்லை, நான் தொலைத்தேனா...

எண்ணவோட்டங்களில் நிறைந்து வழியத் துவங்குகிறது.

தோழியென்றழைத்த நண்பா...

எங்கிருக்கிறாய்?...

அத்தியாயம் - 5

அவரின் மடியில் முகம் புதைத்து வளர்ந்த நிலவாய், அகம் திறக்கிறேன்.

என்னங்க...

சொல்லு மா.

சில வருஷத்துக்கு முன்னாடி ஒரு இலக்கிய விழாவுக்குப் போய்ட்டு வந்து ஒரு பெருங்கவிஞனை பார்த்துட்டு வந்தேன்னு சொன்னேனே, நினைவிருக்கா...

சொல்லிருப்ப. மறந்திருப்பேன்.

அந்தக் கவிஞரை அதுக்கப்புறம் எந்த நிகழ்ச்சியிலும் பார்க்கவும் முடியல, வேறெங்கேயும் பேசினதா கேள்வியும் படல. என்னவாயிருக்கும் அவருக்கு?...

என்கிட்ட கேட்கிறயே... உன்னுடைய உலகத்துக்கு கொஞ்சமும் சம்பந்தமில்லாதவன் நான். ஆமா... அவர் முகம் நினைவிருக்கா உனக்கு?

ம்ம்ம்... மறக்கமுடியாத முகம். தெளிந்த நீரோடைமாதிரி குரல். நேர்மையான அணுகுமுறை. அப்படி மனிதரை மறக்கவே முடியாது. மறக்கவும்கூடாது.

ம்ம்ம்... இப்போ என்ன திடீர்னு...

என்னை தோழின்னு கூப்பிட்டாரு. அவர் பேருகூட

கேட்கல. என் பேரும் தெரியாது. ஆனா அவர் கண்களில் ஞானத்தின் சுடரைப் பார்த்தேன். அவராற்றிய உரை இனியெந்தக் கவிஞனும் தொடமுடியாத உச்சம்.

சரி சரி விடு. எனக்கென்னவோ நீ அவர சந்திக்கப் போறியோ கூடிய சீக்கிரம்னு தோணுது.

அடடா... அப்படி நடந்தால்...

அப்படி நடந்தால் அவர கையோட வீட்டுக்குக் கூட்டிட்டு வந்து எல்லோருக்கும் அறிமுகப்படுத்தி, வயிறு நிறைய சாப்பிட வச்சு நம்ம குடும்பத்துல ஒருத்தரா நிலைநிறுத்தனும். மரியாதைக்குரிய மனிதர்களிடம் அதிகம் பழகித்தான் குணமறிய வேண்டுமென்பதில்லை. அன்பை யதார்த்தமாய் வெளிப்படுத்திவிட்டு தன்னியல்பு மாறாது நடக்கும் மேன்மக்களோடு நட்பு பாராட்டுதல் பெருங்கொடை.

அவர் நல்ல மனிதர்.

சிறந்த பேச்சாளர்.

எனது நண்பர்.

எங்கிருந்தாலும் எனது கண்ணில் புலப்படுவீர் தமிழே!

நாங்கள்

நாங்கள்

அத்தியாயம் - 1

அம்மா... எப்படி இருக்கீங்க...

அலைபேசியில் மகளின் குரல்.

நல்லாருக்கேன் மா.

அப்பா நல்லாருக்காரா மா...

ம்ம்ம், இருக்காரு மா. மூட்டு வலிக்குதுன்னு சொல்றாரு. அவரால நடக்கமுடியல. ஹாஸ்பிடல் கூப்பிட்டாலும் வரமாட்டேன்றாரு. கஷ்டமா இருக்கு மா. மனசு சரியில்ல.

அட, ஏம்மா இதுக்குப் போய்... நான் ஒரு லீவு நாள்ல வந்து அழைச்சுட்டுப் போறேன். நீங்க பயப்படாதீங்க.

சரி... உங்களுக்கு ஒரு இன்விடேஷன் மா.

என்ன மா...

எங்க கல்லூரி ஆண்டு விழாவுக்கு அப்பாவும் நீங்களும் வரீங்களா... நான் கார் அனுப்பி வைக்கிறேன் நாளைக்கு.

வருகிறோம் மா. ஆனா ரொம்பநேரம் இருக்கமுடியாது மாபுரிஞ்சுக்கோ. அப்பா கஷ்டப்படுவாரு.

சரிம்மா. பரவாயில்ல. ஆனா வரனும். வீட்லயே இருக்க ஒருமாதிரி இருக்கும் ல, அதான்...

கண்டிப்பா வருவோம் மா.

சரிம்மா. வச்சிடறேன்.

ஆமாம்... வீட்டிலேயே அடைந்துகிடப்பது உலர்ந்தகாட்டில் குடிபுகுந்ததைப் போல. நிராசைகளும் வெறும் ஓசைகளும் நிறைந்த வீட்டின் சுவர்களிலும் கூரையிலும் நாங்கள் எதை ரசித்துப் புளகாங்கிதமடைவது... இங்கே வாழ்வதற்குரிய பூரணம் அதன் அர்த்தக் கூற்றுகளுக்குள் மெய்யான பேரன்போடும் பொய்யாத மகிழ்வோடும் முடிந்துபோவதுதான் உத்தமம். முதுமையின் கரங்களில் நடுங்கும் வெறுமைகளை யாரேனும் அள்ளியெடுத்து துய்த்து, மழைநிரப்பி ஈரம் பரவச் செய்யமாட்டார்களா என்ற யாசித்தலின் கேள்வியோடு... ஒருவரை ஒருவர் பார்த்துக்கொள்கிறோம். எப்போதுமே எங்களிருவருக்கும் ஒரே கவலைதான். அவரைப் பற்றி நான், என்னைப் பற்றி அவர்.

இதோ, ஒரு நிறம் என்னை நெருங்குகிறது. நானதற்கு வாழ்வெனப் பெயரிட முடியாது. ஆனாலும் முழுக்கப் பூசிக்கொள்கிறேன். ரசனைகளின் தூரிகைகள் என்னை வரையட்டும். நான் காலத்தின் கரங்களில் மீட்டப்படுகிறவள். எந்நிறமாய் செழிக்கிறேனோ அந்நிறமாய் உருமாறட்டும், இந்தப் பிரபஞ்சமும்.

உறங்கச் செல்கிறோம். பிரபஞ்சம் ஓர் ஓவியனை தயார்செய்யத் துவங்குகிறது.

அத்தியாயம் - 2

சீக்கிரமாகவே கிளம்பிவிட்டோம் நானும் அவரும். எளிய உணவு. இரண்டாம் தேநீர். முடிந்தது காலையின் நிர்பந்தக் கடமைகள்.

அதோ, கார் வந்துவிட்டது. கிளம்பிப் போகிறோம். கல்லூரியின் முகப்பில் வரவேற்பு பேனர்கள். அலங்காரத் தோரணைகள். மிகவும் புகழ்பெற்ற கல்லூரி. உள் நுழைகிறது கார். இறங்கியதும் மகளைப் பார்த்தாயிற்று. அதென்ன பேரின்பம்... போன வாரம்தானே வந்து போனாள். அதற்குள் மீண்டும் அவளைக் கண்டபின் இத்தனை குதூகலம். பாசக்காரி. அன்பாலே ஆள்கிற தேவதை. ஒரே மகள். இது போதாதா... தேடல் நிரப்ப.

வாங்க மா... வாங்க பா... பாத்து பா... பொறுமையா வாங்க.

அப்பா நடந்து கஷ்டப்படக்கூடாதுன்னு விழா அரங்கத்திற்கு அருகிலேயே இறங்க வைத்திருக்கிறாள்.

அம்மா... இதோ, உங்க சீட். உட்காருங்க. தண்ணீர் பாட்டில் கொண்டுவரேன். டீ எதுவும் வேணுமா மா?

வேண்டாம் மா. தண்ணி போதும். ஆமா, உன் வீட்டுக்காரரும் புள்ளையும் வரலயா?

வந்துட்டேயிருக்காங்க மா. சரி... எனக்குக் கொஞ்சம் வேலையிருக்கு, போகட்டா...

ம்ம். சரி சரி மா... நீ போ. நான் பாத்துக்குறேன்.

போன் கையில இருக்கில்ல மா. ஏதாவதுனா கூப்பிடுங்க. வந்துடுறேன்.

அவள் போனதும் அரங்கத்தின் இதர சப்தங்கள் கேட்கிறது. ஒலிபெருக்கி சரி செய்கிறார்கள். பேண்ட் வாத்திய ஏற்பாடுகள்வேறு. மாணவர்கள் தமிழ்த்தாய் வாழ்த்தையும் தேசிய கீதத்தையும் பாடிப் பயிற்சி எடுக்கிறார்கள். மேடையில் இரண்டடுக்கு இருக்கைகள். முன்புறம் முக்கியஸ்தர்களும் பின்வரிசையில் முக்கியங்களுக்குக் காரணமானவர்களும்போல. மாணவன் ஒருவன், தண்ணீர் பாட்டிலை கண்முன் நிறுத்துகிறான்.

அம்மா... மேடம் உங்ககிட்ட கொடுக்கச் சொன்னாங்க.

தேங்க்ஸ் பா.

என்னங்க, உங்களால உட்கார முடியுதா? இல்ல, கொஞ்சம் வெளில நடக்கலாமா?

வேண்டாம் மா. அதோ, விழா ஆரம்பிக்குது போலயே. இங்கேயே இருப்போம்.

விழா துவங்குகிறது. மருமகன் குழந்தையோடு வந்து என்னையும் அவரையும் நலம் விசாரிக்கிறார்.

ஆன்ட்டி... இங்க உட்கார ஓ.கே.தான... அங்கிள்க்கு ஏதாவது வேணுமா?

ஒன்னும் வேண்டாம் பா. பாப்பாவ கொடுங்க. நான் வச்சிக்குறேன். நீங்க அவகூட போய் உட்கார்ந்துக்கோங்க.

மடியில் ஏந்துகிறேன் மலரின் வாசத்தை. மழலை கோப்பையை. பருகப்பருகத் தீராத புன்னகைத் துளிகளால் எங்கள் தாகம் தீர்க்கும் ஜீவநதியை. அவரும் நானும் மாறி மாறி ஏந்திக் கொள்கிறோம்.

விழா துவங்கிவிட்டது.

வழக்கமான ஆரம்பங்கள், ஆராதனைகள், புகழாரங்கள், தன்னடக்க உரைகளெனத் தொடர்கிறது விழா. இடையிடையே மாணவர்களின் நடனம், நாடகங்கள் அரங்கேறுகிறது.

எனக்கு, என்னுடைய கல்லூரிக் காலம் நினைவுக்கு வருகிறது. நாடகம், பாட்டு, மைம் (ஊமை நாடகம்) என களைகட்ட, பெயரோங்கி ஒலித்த காலங்களை நினைவுகளால் மீட்டெடுத்துதான் சிலாகித்துக்கொள்ள முடியும்.

குழந்தை அழுகிறாள். வேகமாய் கத்துகிறாள்.

மகளை அழைக்கலாமென்றால், விழாவில் பிஸியாக இருக்கிறாளே. சரி, வெளியே போய் நின்று வேடிக்கை காட்டி அழுகையை அமர்த்துவோம்.

எழுகிறேன்.

மேடையில் அறிவிக்கிறார்கள்...

அடுத்ததாக பேசவருபவர், ஒரு மாபெரும் கவிஞர் மற்றும் பேச்சாளர். தமிழ்த் தொண்டாற்றி தன்னையே தமிழுலகுக்காய் அர்ப்பணித்த பெருங்கொடையாளர்.

இதோ... கவிஞர் வெண்பா அவர்களைப் பேச வருமாறு அழைக்கிறோம்.

கூட்டத்தின் இரைச்சல்களை கிழித்துக்கொண்டு பார்வையாளர்களின் நடுவிலிருந்து ஒருவர் எழுகிறார். அதே புறமுதுகில் புத்தனின் சாயல். அதே நடையின் வேகம். மூச்சிரைக்கிறது. மெய்யுறைகிறேன். குழந்தையின் அழுகை நின்றுபோனது.

அவர் பேசத் துவங்குகிறார்.

முகம் பார்த்துவிட்டேன். இருதயத்தின் கனம் கூடிப்போக வலுவிழக்கிறேன். கண்களில் பொதிந்த காட்சிப்படிமம் மெய்தானா... உள்ளத்தை கிள்ளிப் பார்க்கிறேன். அவரேதான்!

வெண்பா...!

வெண்பா...!

என்னைத் தோழியென்றழைத்த பெருங்கவிஞன்.

காணாமற்போன கவிதை.

நினைவுகளின் கூடாரத்தில் நங்கூரமிட்டமர்ந்த ஞானி.

தேடலின் பொருள் விளங்கச்செய்த தெய்வப் புலமை.

பெயரறிந்துவிட்டேன்.

வெண்பா...!

தமிழ் இனிக்கிறது.

குழந்தை மீண்டும் வீரியமாய் அழுகிறது.

அத்தியாயம் - 3

விழா நிறைவுறுகிறது. நான் உள் நுழைந்து வெண்பாவின் பேச்சைக் கேட்க இயலாத குறைதான். குழந்தையின் பெருங்கண்ணீரை முத்தத்தால் துடைத்தெடுக்கிறேன்.

மகள் வந்து பெற்றுக்கொள்கிறாள்.

வெண்பா வெளியே வருகிறார். இன்று அவரை யாருமே சூழ்ந்துகொள்ளவில்லை. அவரைப் பற்றி அறியாதோரின் மத்தியில் ஒரு கவிஞன் தன்னை அறிவித்துவிட்டு வெளியேறுகிறான். நான் எதிர்ப்பட நடந்துபோகிறேன்.

வணக்கம். என்னை அடையாளம் தெரிகிறதா உங்களுக்கு?

வணக்கம் தோழி. உங்களின் கரவொலியையும் கண்ணொளியையும் அத்தனை எளிதில் மறப்பதற்கில்லை. ஒரு பேச்சாளன் சொற்களை சேமித்து மேடையில் பேசிப்பேசி செலவழிக்கிறான். சில செவிகள் அதன் பலனை அங்கேயே விடுத்து நகர்வதுமுண்டு. அன்று எனது தோள்களைத் தடவி பாராட்டுத் தெரிவித்த எல்லோர் கண்களையும் கவனித்தேன். யாருடைய விழித்திரையிலும் எனது சொற்களின் தடம் தென்படவேயில்லை.

உங்களின் பார்வையில் அதே சொற்கள் பதியமிடப்பட்டிருந்ததைப் பார்த்தேன். அத்தனை ஆர்வமாய் மிளிர்ந்த தேடலில் அகப்படுதல் விடுத்து விடுபடுதல் சுலபமா சொல்லுங்கள்.

ஆனால்...

இன்று... இங்கே... உங்களை எதிர்பார்க்கவேயில்லை, தோழி.

மகிழ்கிறேன்... வெண்பா.

தோழி...! நீங்க இங்க எப்படி?...

என் பொண்ணு இங்க வேலை பாக்குறா. அழைச்சுட்டு வந்தா. நானும் கணவரும் வந்துருக்கோம். அதோ... மகள், பேத்தி, மருமகன். இவ்வளவுதான் குடும்பம்.

ஆஹா... சந்தோஷம். வாழ்க்கையோட நிறைவே இந்தக் குடும்ப வாழ்க்கையின் பங்களிப்புதான். நீங்க கொடுத்து வச்சவங்க.

அப்படியானால் வெண்பா...

ஒன்னுமில்ல. சொல்லத் தோணுச்சு.

ஆமா... இவ்ளோ நாள் எங்கதான் போனீங்க. இல்ல, என்னதான் ஆச்சு?

உங்களத் தேடாத மேடை இல்ல.

சிரிக்கிறார் வெண்பா. அதென்ன மாயப் புன்னகை. நிறைய அர்த்தப் புதிர்களை உள்ளடக்கிய ஒரு நமட்டுச் சிரிப்பு. ஆனால் அதன் வெடிப்புகளில் பிளவுபட்ட சில வலிகளின் மிரட்சிகளைக் காண்கிறேன்.

கணவர் வருகிறார். கைகுலுக்குகிறார்கள்.

என் வாய்க்கு சர்க்கரை போடனும். என் மனைவி, நேற்று முன்தினம்கூட உங்களப் பற்றி பேசினா. கூடிய

சீக்கிரம் பார்க்கப்போறன்னு சொன்னேன். இன்னைக்கு நடந்துடுச்சு. சந்தோஷம் சார்.

மகளை, அவள் குடும்பத்தை அறிமுகப்படுத்துகிறேன்.

நீண்ட பெருமூச்சின் வெப்பத்தில் குளிர்காய்ந்த மௌனம் எப்போது உடையும்? எனது கேள்விக்கு வெண்பா இன்னும் பதிலளிக்கவில்லை.

எங்கே போயிருந்தார், இத்தனை நாளாய்?

―――――

அத்தியாயம் - 4

இந்த உலகம் மிகச் சிறியது. கண்களை மூடித் திறப்பதற்குள் எல்லாமே நிகழ்ந்துவிடுகிறது.

நான்...

கண்களை மூடவேயில்லை. திறந்த கனவுகளின் சாவி என் மனக்கிடங்கு. உள்ளிருப்பு, வெளியேற்றம் எல்லாம் அவரவர் சித்தம். சிலர் ஒட்டிக்கொண்டே வருவார்கள். சிலர் துரத்திக்கொண்டு வருவார்கள். சிலர்தான் கூடவே நடப்பார்கள்.

வெண்பாவின் குரல் என்னை உழுத நிலம். நானதன் ஈர்ப்புக் கொள்கைகளால் மீட்கப்பட்டவள் ஆனதால்தான் அதன்பின்னும் நிறைய ஆளுமைகளைத் தேடியலைய முடிந்தது. ஆனால் பாருங்கள்... எல்லா மரமும் போதியில்லை.

இருக்கும்போது இருப்பதன் வலிமையைவிடவும் இல்லாதபோது இருப்பிற்கான அறிவுறுத்தல் பன்மடங்கு வலிமையானது. என்னையும் வெண்பா மறக்கவேயில்லை.

விடைபெறப் போகிறோம்.

வெண்பா... எங்க வீட்டுக்கு வாங்க. ஒரு டீ சாப்பிட்டுட்டுப் போவோமே...

எல்லோருமே அழைக்கிறோம்.

62 யாயும் ஞாயும்

எல்லோருக்கும் ஒரே பதில்:

இன்னொரு நாள் வருகிறேனே...

சரி, வெண்பா. விடைபெறுங்கள்.

ஒரு கேள்வியால் துளைத்த கேள்வியொன்றோடு புறப்படுங்கள்.

வீடு திரும்புகிறோம்.

அத்தியாயம் - 5

மீண்டுமோர் மகத்தான இடைவெளி. ஆனால் தேடலொன்று அகப்பட்ட சுகமும் தேவையொன்று தீராத இரணமுமாய் நாட்கள் நகர்கிறது. வெண்பா பதில் கூறவேயில்லை. என்னைப்போலவே இறந்தகாலத்தின் நிறங்களில் தனதகம் தேடிப் புறப்படாதவராய் இருக்கக்கூடும். ஆனாலும் சொற்களின் கூர்வாளை பற்களின் இடுக்கில் புதைத்தபடி எத்தனை நாள் இருந்திருப்பார். மேடைகளை மறந்துபோன இந்த நாற்காலியின் விலாசம் யாருக்குக் கிடைத்திருக்கும். யாருக்குமே புலப்படாத ஞானத்தைத் தேடி எனதிருளின் குகைக்குள் ஒளியேற்றிய மதியாளர்கள் நலம் வாழட்டும். அதெப்படி என்னை மறக்காதிருக்க முடியும் தன்னையே மறந்துபோன மனிதனால்!

இப்போதும் தோழியென்றழைத்த யதார்த்த நிலம் பூத்திருக்கும் குடில் எந்தப்பக்கம்? எதையுமே கேட்காமல் அகம் மறைத்தொழிந்த பெரும்பாவியாகிப் போனேனே...

அன்று முகமிருந்தது... பெயர் தெரியாமல்போனது. இப்போதோ முகமும் பெயரும் அறிவித்தும் இருப்பிடம் மட்டும் மறைத்து தொலைதல் நலமா...

நலம்தான்.

நரை கூடட்டும் எனக்கு. முதுகெலும்பின் கூரைகள் உதிர்ந்து தசைகள் உலரக் காணும்போதும் என்னைத் தோழியென்றழைக்கும் இன்னோர் சந்திப்பிற்காக...

காத்திருந்து பார்ப்போம்...

அலைபேசி அதிர்கிறது. செவியோடு இணைக்கிறேன்.

வணக்கம். யாரு?

நான், வெண்பா!

மனதைத் தைக்கிறது ஒரு குரல்.

அத்தியாயம் - 6

வெண்பா... என்ன ஆச்சர்யம். எப்படி என் நம்பர் கண்டுபிடிச்சீங்க? நல்லாருக்கீங்களா, இப்போ எங்க இருக்கீங்க?

கத்துகிறேன்... அலைமோதுகிறேன்...

நல்லாருக்கேன். நீங்க, கணவர் எல்லோரும் நலமா?

ரொம்ப நல்லாருக்கோம்.

உங்கள் மகள்தான் உங்க நம்பரைக் கொடுத்து உங்களுக்கு அழைக்கச் சொன்னாங்க தோழி.

அடடா... அவ என்கிட்ட சொல்லவேயில்லை. ஆனா நல்ல காரியம் பண்ணிருக்கா. மறுபடியும் தேட விட்டுட்டு காணாமப் போய்டுவீங்களோன்னு நெனச்சேன்.

இல்லை, இல்லை. இனி, தொலைவதற்கில்லை. நான் கண்டறியப்பட்டுவிட்டேன்.

ஆம், வெண்பா. நீங்கள் கண்டறியப்பட வேண்டியவர். கண்டுகொள்ளப்பட வேண்டியவர்.

தோழி... உங்களுக்கு இலக்கிய மேடைகளில் பேசிய அனுபவம் இருக்கா?

இல்லையே வெண்பா. பங்கேற்ற அனுபவங்கள் மட்டுமே. ஏன் கேட்குறீங்க?

நான் புத்தகங்கள் வெளியிடுகிறேன். அதில் தங்களின் வருகையையும் உரையையும் எதிர்பார்க்கிறேன்.

வெண்பாவை எழுதிவிட்டனவா, புத்தகங்கள்! பூரணமடைகிறது எனது ஏக்கம்.

உங்களுக்காக வருவேன் கண்டிப்பா. பேசுவேன் வெண்பா. ரொம்ப மகிழ்ச்சி. என்னுடைய வாழ்த்துகளும்.

சரி, தோழி. எதிர்பார்ப்பேன். அழைப்பிதழை அனுப்புகிறேன். விழாவில் சந்திப்போம்.

முடிகிறது உரையாடல்.

மகளை அழைக்கிறேன், உடனே.

ஹலோ... சொல்லுங்க மா.

வெண்பாவுக்கு என்னோட நம்பர் கொடுத்து பேசச் சொன்னியா மா?

ஆமா மா. காலேஜ்ல கேட்டேன். நம்பர் கொடுத்தாங்க. உனக்கு அவரின் பேச்சு பிடிக்கும் ல. எத்தனை வருஷம் தேடுனதாச் சொன்னீங்க. உங்கமேல நிறைய மரியாதை அவருக்கு. எப்படித் தெரியும் மா?

ம்ம்... சொல்லு மா.

காலேஜ்ல அவரப் பற்றி பேசினாங்க மா. அவர் பயங்கர கோபக்காரராம். அவ்வளவு சீக்கிரம் யார்கிட்டயும் அணுகாத சுயமுடையவர்னு சொன்னாங்க. அன்னைக்கு விழாவுலகூட ஒருத்தர்கிட்டயும் பழகாம அமைதியாவே இருந்தார்னு சொன்னாங்க. தன்னோட பார்வையிலயே எடைபோடுவாராம், மொழியை நேசிக்கிறவங்களயும் அந்தத் தேடல் இருக்குறவங்களயும்.

உன்னை அவர் தோழின்னு கூப்பிட்டிருக்காரு. அந்த மரியாதையை அதற்குமுன் அவர் யாருக்குமே கொடுத்ததில்லயாம். அதான் மா. உடனே நம்பர் வாங்குனேன். உன்கிட்ட பேசச் சொன்னேன். ஆனா அவர் என்ன சொன்னார் தெரியுமா?

என்ன...

நான், உன் அம்மாவின் அலைபேசி எண்ணைப் பெற முயற்சி பண்ணேன்னு சொன்னாரு மா.

அதிசயிக்கிறேன். மெய்சிலிர்த்து சிறகு துறக்கிறேன். வானம் என்பது சிறகுகள் அளக்காத தூரம். எனில், நான் வானம் அளக்கவேண்டும்.

வெண்பா... நீ வானம் தொடாத வானம்.

எத்தனையோ பெருங்கவிஞர்களின் ஆசியிருக்க, நீ கடந்த தூரங்களில் எத்தனை மேடைகளைக் கண்டிருப்பாய். கரங்களின் உட்புறச் சதை கிழிய கரவொலி எழுப்பிய ரசனையாளர்களை நீ காணாது கடந்தேக வாய்ப்பில்லை. ஆனாலும் ஒருமுறை நான்கு விரல்கள் மறுகையின் உட்புறம் பதிய சிறுவோசை தருவித்து உனைப் பாராட்டிய எனது கரவோசையா உனக்கு இசையானது!

இல்லை. இது அதீத சிந்தனை. வெறும் மரியாதைநிமித்தம் எனக் கொள்ளவா? அப்படியானால் நான் ஏன்...

பேசி முடிந்தபிறகும் கனத்த சூழலொன்றின் சுழலுக்குள் சிக்கிக்கொண்டிருக்கிறேன் வெண்பா. எல்லாவற்றிற்கும் காரணம் தேவையில்லையெனில் எனதிந்த குழப்பத்திற்கு நீயே காரணமெனவும் விடையெனவும் ஆகட்டும்.

நீ மாமனிதன். உனது சிந்தைக்குள் தெளிவுறாத

எந்த நோக்கத்திற்காகவும் என்னைத் தேர்ந்திட தோன்றியிருக்காது.

வருவேன், வந்து மகிழ்வேன்.

லேசான அமைதி... கரங்களில் தேநீர்.

மகளுக்கு எப்படித் தோன்றியது, என்னை இப்படியும் பறக்கவைக்க.

மகளே...

தேவதைதான் நீ!

அத்தியாயம் - 7

ஆர்வத்தில் சரியென்று சொல்லிவிட்டேன். இரண்டே மேடையில் சந்தித்த இலக்கிய ஆளுமையைப்பற்றி இரண்டடியிலாவது சொல்லத்தகுந்தவளா நான். மேடைகளின் கீழமர்ந்து எனது செவிக்குணவளித்த நான் இப்போது எத்தனையோ செவிகளுக்கு விருந்தளிப்பேனா, வெண்பாவைப் பற்றி என்ன தெரியும் எனக்கு? வெண்பா ஏன், என்னைப் பேச அழைத்திருக்கிறார்? காரணத்தைக் கேட்டிருக்கலாம். ஆனால் வேண்டாம். காரணமின்றி கூறமாட்டார். எழுத்துகளால் எந்தவொரு சொல்லையும் நெய்தவள்இல்லைநான். கவிதை புரியும். கவிதை தெரியாது. இலக்கியம் புரியும். இலக்கணம் தெரியாது. உயிரையும் மெய்யையும் வருத்தி ஆய்த எழுத்திழைத்து என்ன வார்த்தைகளால் வெண்பாவை பண்பாடப்போகிறேன்.

எண்ணத்தின் நிராசைகளில் சொல்லும் செயலும் மேலும் பூஜ்ஜியமாகிறது.

என்னங்க? எனக்கு மேடைகளில் பேசிப் பழக்கமில்லையே! வெண்பா பேச அழைத்திருக்கிறாரே...

அட, ஏன் குழப்பிக்கிற. சும்மா போ. தைரியமா பேசு. நாலு வார்த்தையில 'நறுக்'குன்னு புகழ்ந்துட்டு வந்துடு...

ம்ம்ம்...

போய்த் தூங்கு மா. எதையும் யோசிக்காத.

சரி...

தூக்கமா... மேடைகளாய் கனவில் வரும். ஒலிபெருக்கி மூக்கை குத்தும். சொற்களின் பற்கள் மென்று விழுங்கும். யானைகளின் நடுவில் எறும்பாய் மிதப்பேன். குரல் அழும்.

இவைகளின் அச்சுறுத்தலைவிடவும் தூக்கம் பெரிதாய் தண்டிக்கப் போவதில்லை.

கனவுகளின் சுமைதாளாது இரவு இருளை இறக்கிவைத்து விடியலுக்கு இடம் கொடுக்கிறது.

எழுகிறேன். தயாராகிறேன். புறப்படுகிறேன். கைகளில் ஒற்றைக் காகிதம்கூட இல்லை.

அத்தியாயம் - 8

பிரமாண்டங்களை விரும்பாத கவிஞன் அவன். எளிமையின் பிரதிநிதித்துவன். அரங்கத்தின் முகவரியை கேட்டுத்தான் உள்நுழைகிறேன். முகப்பில் முகம் காட்டியிருக்கக்கூடாதா வெண்பா...

கூட்டம் வழிகிறது. உட்காருமிடம் புலப்படவில்லை. அன்று எனதிருக்கையை ஆக்கிரமித்த குற்றத்திற்காக உங்களை எழச்செய்த பாவியை மன்னியுங்கள் வெண்பா... மேடையைத் தவிர்த்து வேறெங்கிலும் இடமளியுங்கள்.

அதோ, ஒரு இடம். அமர்ந்தாயிற்று.

வெண்பா எதிர்ப்பட, எழுந்து வணங்குகிறேன்.

கருப்புநிறப் புடவையில் எதிர்ப்பைத் தெரிவிக்க ஏதும் வரவில்லையே... கேலி செய்கிறார் வெண்பா. உங்க பெயரழைத்ததும் பேச வாங்க. தயார் செஞ்சுட்டீங்களா, பேச?

இல்லை வெண்பா. கையிலும் மனதிலும் ஒற்றைச் சொல் இல்லை. யோசிச்சுச் சொல்லுங்க. நான் பேசனுமா...

ஆமா. கண்டிப்பா.

தீர்க்கமான எதிர்பார்ப்பு. அசாதாரண நம்பிக்கை. பூர்த்தி செய்யப்படவேண்டும் இவை. பேசுவேன் வெண்பா.

விழா துவங்குகிறது.

இதுவரை காணாத பெருங்கவிஞர்களின் உரை. இதுவரை கேட்காத தமிழ். இதுவரை செவிகளை நனைக்காத குரல்கள். பேசப்பேச மெய்சிலிர்க்கிறேன். மெய்மறக்கிறேன். உலக மொழிகள் ஆயிரம் கிடக்கட்டும். தமிழ் பேசினால் உயிரின் கருவில் பூக்கள் முளைக்கிறதென்பது உண்மைதான். அத்தனை மணம்.

புத்தகங்கள் வெளியிடுகிறார்கள். வெண்பா கொடுக்க பிறர் பெறுகிறார்கள். பின், அவரவர் இருக்கையில் அவரவர் அமர, வெண்பா பேசுகிறார். தப்பித்தேன். என்னை மறந்துவிட்டார்.

எனது ஏற்புரை வழங்கும் முன், தமிழை நேசிக்கும், தவறாமல் இலக்கிய விழாக்களில் இத்தனை வருட காலம் பங்கேற்று மொழிமீதான காதலைத் தொடரும் ஒரு சிறந்த பார்வையாளர் மற்றும் இரசனையாளரும் எனது சிறந்த தோழியுமான..................

பேச அழைத்துவிட்டார்.

சரி. நிமிர்வோம். மேடையின் ருசி யாதெனப் பார்ப்போம். தோழியென்று பெருமைப்படுத்திய மாபெரும் கவிஞனுக்கு சிறு பூவின் மடலையாவது பரிசளிப்போம். ஆனால் வெண்பா... எனது முன் அமராதீர். பெருத்த வார்த்தைகளையே தொலைத்து கனத்த மேடையேறும் எனது நாவின் சொற்கள் தூசின் உடலணியும்.

கரவொலி எழும்புகிறது. வியந்து பார்க்கிற கூட்டத்தின் நடுவே நயந்துபோகிறேன். நானமர்ந்த இருக்கையில் வெண்பா வீற்றிருக்கிறார். முடிந்தது கதை. இனியெப்படிப் பேச...

அனைவருக்கும் வணக்கம்.

அத்தியாயம் - 9

ஒரு கடலின் ஆழ்மௌனத்தில் உறைந்துகிடக்கும் பேரிரைச்சலை கவனித்து இருக்கிறீர்களா? அங்கே அமர்ந்திருந்தபோது இவரின் மொழியறிவை சொல் ஆளுமையை தமிழும் நானும் வியந்து கவனித்திருக்கிறோம். ஒரு பெருங்காடே நிசப்தத்தை அணிந்திருக்கும்போது சிறு சொல்லுதிர்க்கிறது இவரது நா. எல்லா மூங்கிலிலும் ஒரே இசை. இரண்டே முறைதான் இந்தக் குரலின் முழக்கத்தில் நான் ஆற்றுப்படுத்தியிருக்கிறேன் எனது மொழிமீதான தேடலை. சங்கத் தமிழ் துவங்கி சரிந்துபோன தமிழ் வரை அங்கத்தின் நரம்புகளில் செந்நீர்போலவே சொல் நீரும் புரையோட, தங்குதடையின்றி பேச வல்ல ஆற்றல்படைத்த இவரின் சொந்தத் தமிழுக்கென்று ஒரு அகராதி வேண்டும். எழுத்துகளைக் கூட்டி எண்ணங்களின் நிறமியிட்டு இவரது படைப்புகளின் பெருங்கதவைத் திறந்து பார்த்தோமேயானால் நிச்சயம், ஆதித் தமிழ் முதல் அவன் தமிழ் வரை பேரண்டம் துவங்கி கால் தடம் வரை எல்லாம் அறியப் பெற்றிருப்போம். புத்தகங்களின் வாயிலாக ஞானத்தை சொத்தெழுதித் தந்திருக்கும் கவிஞர் வெண்பா அவர்களின் முத்தான எழுத்துகள் பருக நானும் காத்திருக்கிறேன். வெறும் பார்வையாளராகவே காலங்கள் கடத்திய எனது எண்ணங்களுக்கென்று இந்த மேடையை வரமளித்த மாபெரும் ஆளுமையை மகிழ்வுடன் பாராட்டி நன்றி நவில்கிறேன். இன்னும் இடையறாத சேவை கொண்டொழுகி பாதுகாக்கட்டும் தமிழை. இவரின் செம்பணி தொய்வின்றி தொடர மனமார வாழ்த்துகிறேன்.

நன்றி. வணக்கம்.

வெண்பாவை பார்க்கிறேன். சிரிக்கிறார். கரம் கூப்புகிறார். மேடை விடுத்து கீழிறங்குகிறேன்.

வெண்பா, இப்போது பேச மேடையேறுகிறார்.

அத்தியாயம் - 10

வெண்பா பேசத் துவங்க அரங்கம் மௌனம் சுமக்கிறது. ஆவல் மேலோங்க நானும் சுடுமணல்படும் நிழலெனத் துய்க்கிறேன் பேச்சை. இன்னும் இன்னும் மெருகேறிய கவனம் அவரது உரையில். சபையோர் ஆழ்ந்து உறைந்துகிடக்க மீண்டு எழும்படி நானெதிர்பார்த்த கேள்விக்கான விடையை கட்டவிழ்க்கிறார்.

வெண்பா மனம் திறக்கிறார்.

எத்தனையோ மேடைகண்ட புலமைக்கு புத்தகங்கள் வெளியிட ஏன், இத்தனை தாமதமெனவும், கற்றையாக சில காலங்கள் காணாமற்போன காரணம் விளங்காதிருந்த உண்மை நிலையை இங்கே உங்கள்முன் உத்தரவிட்டுப் பிறப்பிக்கிறேன்.

வாழ்க்கையின் அர்த்தங்களை ஒற்றை மடியில் கிடத்தி சுதந்திரப் பறவையாய் சிலகுலர்த்திய எனது காலத்தின் ஓவியத்தில் கருநிற மை தெளிக்கப்பட்டது.

என்னை ஈன்றெடுத்து இவ்வுலகம் போதித்து உயிர்ப்பாலும் மொழிப்பாலும் உவந்தளித்து அறத்தின்வழி வழிநடத்தி உடற்போர்வையின் கலனாய் உடன் பயணித்த பெற்ற தாயவளை இழந்தேன்.

பிரபஞ்சம் சுருங்கி பெயர் மழுங்கியபின் இனி, நானெதைத் தேடிப் புறப்பட... வலுவில்லாத கூட்டினுள் உயிர் பதைபதைக்க உடல் களையிழக்க, மனத்தின்

திடம் மட்கிப்போக, வீடு துறக்கிறேன். உலகத்தின் அத்தனை வெறுமையும் புடைசூழவே அப்போதுதான் புரிந்தேன்... ஒற்றை உயிரின் நேசத்தில் அரவணைப்பில் இத்தனைக்காலம் திளைப்புற்றுக் கிடந்த திண்ணிய மனத்தினை. சொல்லிக்கொள்ள பெரிதாய் உறவுகள் சூழாத தனிமையின் அடர்த்தியைக் களைந்தாக வேண்டும்.

புறப்படுகிறேன். ஒவ்வொரு திசையிலும் ஒவ்வொரு காற்று. ஒவ்வொரு ஊரிலும் ஒவ்வொரு மனிதர்கள். பசியுறுகிறேன். உறக்கம் தவிர்க்கிறேன். உலகம் அயர்ந்து உறங்கும்போது நானென்ன கனவு காண்பது? கற்றவையும் பெற்றவையும் மறந்துபோகிறது. தேசாந்திரியாய் திரிந்த காலங்களின் சுவடுகளில் எனது இளமைக்காலம் கரைந்து தீர்கிறது.

ஊருக்கொரு தொழில். பெயருக்கொரு வாழ்க்கை வாழ்ந்துகழிந்த இறந்தகாலம் கனத்த சுமையாகவே முதுகிலேறிக்கொண்டு திரிகிறது.

என் கடன் என்ன?

எனது சுமையுணர்த்தும் பொருள்?

சேருமிடம் எது?

ஒரு கிராமத்துப் புங்க மரத்தினடியில் இந்த ஞானம் கிடைத்தமைக்காய் பெருமை கொள்கிறேன். ஊர் திரும்புகிறேன்.

நூலாம்படை போர்த்தியிருந்த மனதையும் வீட்டையும் செப்பனிடுகிறேன். நரை தோன்றினால் என்ன, கரை காண ஏதுவாய் ஒரு கடல் செய்வோம். இத்தனைக் காலம் சூறையாடப்பட்ட மொழியின் வீச்சை பதப்படுத்துகிறேன். புது மூளை பிறக்கிறது. நரைத்த தலைமுடியின் ஊடே இருண்ட பக்கங்களைப் புதைக்கிறேன். எல்லா வாழ்வியல் அனுபவமும் இப்போது உங்கள் கரங்களில் புத்தகங்களாய்!

இதுதான் புத்தகம்!

அரங்கமே எழுந்து நின்று கரமசைக்கிறது. கரவொலி ஓயாத பொழுதைக் கடந்து பெருந்தவம் ஓய்ந்த நெகிழ்வோடு உரை முடிக்கிறார், வெண்பா.

எனது கண்ணீர் பொத்தென்று வீழ்கிறது.

விழா முடிகிறது.

அத்தியாயம் - 11

வெண்பாவை வழக்கமான வெண் மேகங்கள் சூழ, வாழ்த்துகள் அவரது தலை துவட்டுகிறது. ஒவ்வொருவராய் விடைபெற, உயிரெழுத்தின் இறுதியெழுத்தென வியந்து நிற்கிறேன். வெண்பா எதிர் தோன்றுகிறார்.

தோழி! உங்களுக்கு என் மனமார்ந்த நன்றி. வாழ்த்துகளும். பேசி அசத்திட்டீங்களே. உண்மையாகவே இதுதான் யதார்த்தம். இப்படியான பேச்சில் பூசி மெழுகுதல் இருப்பதில்லை. ரொம்பவே ரசிச்சேன்.

நான்தான் வெண்பா உங்களுக்கு நன்றி சொல்லனும். மேடையேறிப் பேச வாய்ப்புக் கொடுத்தீங்களே... அதுவுமில்லாம உங்களப் பத்தி பேச பக்கம்பக்கமா எழுதத் தேவையில்ல. மனசுலயே குறிப்புகள் இருக்கு.

அடடா... ஞானி தோழி நீங்க.

கேலி செய்யாதீங்க வெண்பா. சரி, நான் புறப்படுறேன். நேரமாச்சு.

எப்படிப் போவீங்க... ஆட்டோ ஏத்தி அனுப்பிவிடவா?

இல்லை வெண்பா. என் பொண்ணு கார்லதான் அனுப்பிவிட்டா. அதோ, கார் நிக்குது. அதுலயே போய்டுவேன்.

சரி, தோழி. பத்திரமா போங்க. அப்புறம்...

ம்ம்... சொல்லுங்க.

இனி, வரக்கூடிய நிறைய இலக்கியக் கூட்டங்கள், புத்தக வெளியீட்டு விழாக்கள் இப்படி எங்கே நடந்தாலும் உங்களுக்கு அழைப்பு வரும். பார்வையாளரா வேண்டாம். பேச்சாளரா வர முடியுமா?

அடடா, வெண்பா. நானா... ஏதோ இந்த ஒரு கூட்டத்தில் பேசினத வச்சு முடிவு செஞ்சுடாதீங்க. எனக்கு உலக அறிவு ரொம்பக் குறைவு.

மொழியறிவு போதும் தோழி. சொல்லப்போனால் எங்களமாதிரி கூட்டங்கள்ல பேசிப் பழகினவங்களவிட உங்களைப் போல் சொற்பொழிவுகளைக் கேட்டுப் பழகினவங்களுக்கு நிறைய இலக்கியச் செழுமையும் மொழியறிவும் இருக்கும். நான் உங்களுக்கு உதவி செய்றேன். பேசுங்க. மேடைகள் ஏறுங்க. உலகம் உங்கள கவனிக்கும் தோழி.

சரி வெண்பா... ரொம்ப மகிழ்ச்சி. நிச்சயம் வரேன்.

ம்ம்... புறப்படுங்க.

பார்ப்போம் வெண்பா.

கார் நகர்கிறது.

அத்தியாயம் - 12

உலகம் வியப்பது இருக்கட்டும். வெண்பாவின் உலகத்தில் எனதறிவின் தேசத்திற்கு ஏனித்தனை அழகூட்டல்கள். வயது முதிர்ந்து மரணத்தின் சாசனத்தில் கையெழுத்திடக் காத்திருப்பவளின் கரங்களில் இவர் ஏன், சிம்மாசனம் ஏறும் சீரிய கொள்கையை ஒப்புவிக்கிறார்.

கனக்கிறது சிந்தனை.

ஒளியின் கனவுகளில் இருள்தான் ஆதாரம். என்னை நானே கண்டறியும் தருணம் இது. நல்லதொரு வாய்ப்பு. வாழ்க்கையை வாழ்ந்து முடியவில்லையெனில்... அதோ, ஒரு பறவை வானம் வரைந்து சிறகும் தந்து உடன் பறந்தும் வருவேன் என்கிறது. உலக மேடையில் பல காட்சிகள் சுமந்தாயிற்று. தமிழ் மேடையில் ஒரு பெயராவது எடுக்க வேண்டாமா...

உறங்கிப் போகிறேன்.

கிழக்கு உதித்ததும் கணவனோடு முதலாம் தேநீர் பருக அருகமர்கிறேன்.

என்னங்க...

ம்ம்ம்...

நேற்றைய நிகழ்வு பற்றி கேட்கவேயில்லையே நீங்க...

அசதியா இருப்பன்னு தொந்தரவு பண்ணல. சரி, சொல்லு என்னாச்சு? எப்படி பேசினீங்க மேடம். செல்லமாகக் கன்னம் கிள்ளுகிறார்.

நல்லா பேசினேனாம். வெண்பா மனமுவந்து பாராட்டினாரு. சந்தோஷமா இருந்தது. எனக்குள்ளேயும் ஒரு ஒளி, ஒரு தேடல், ஒரு மொழி இருக்கு. அத அப்போதான் உணர்ந்தேன். ஆனா?

ம்ம்ம்...

ஆனா, அவரு ஒரு விருப்பம் சொன்னாரு.

என்ன?

இனிமேல் நிறைய இலக்கியச் சந்திப்பு விழாக்கள் இப்படி நான் கலந்துக்கிட்டு பேசனுமாம். முடியுமான்னு கேட்டாரு. நான் துணையிருக்கேன். தைரியமா எட்டு வைங்கன்னு சொல்றாரு. என்ன செய்ய?

நல்ல வாய்ப்பு உனக்கு. தைரியமா துவங்கு. நானும் வெண்பாகூட சேர்ந்து உனக்கு பக்கபலமா இருக்கேன். இந்த வயசுல முடியுமான்னு யோசிக்காத. துணிஞ்சு பேசு. மேடைகள் ஏறு. கண்டிப்பா உனக்கான இடம் கிடைக்கும்.

அவர்கைகளைப்பற்றிகண்களில் ஒற்றிக்கொள்கிறேன்.

முகம் மலர்ந்து புதுசக்தி பிறந்ததாய் அத்தனைத் தெளிவுடன் தொடர்கிறேன். இனி, நானென்னை செறிவுபடுத்த வேண்டும். புத்தகங்கள் வாசிக்க, இலக்கியங்கள் ஆராய, ஆன்றோர் சான்றோரைச் சந்திக்க என, என்னைத் தயார்ப்படுத்த வேண்டும்.

வெண்பாவின் தோழி நான். அவரது நம்பிக்கையையும் பெயரையும் நிச்சயம் காக்க வேண்டும்.

மகளிடமும் தெரிவிக்கிறேன். அவள், இன்னும் மகிழ்வோடு சம்மதிக்கிறாள்.

எனது விடியலின் கனவுகளை கரமேந்தப் போகிறேன். புறப்படுவோம் வெண்பா.

அத்தியாயம் - 13

வெண்பா அறிமுகப்படுத்தும் எல்லா மேடைகளிலும் எனது தலை நிமிர்கிறது. குரல் ஓங்குகிறது. என்னைப்போலவே நாற்காலியின் நுனியில் அமர்ந்து வார்த்தைகளை யாசிப்போர் அதிகமாகிவிட்டனர். நானில்லாத மேடை நீரற்ற ஓடை என்கிறார்கள்.

அதோ வெண்பா... என்னருகில், என்னோடு, எங்கேயும். இரட்டைக் கவிஞர்கள் என்கிற அளவுக்கு இருவருக்கும் சம உரிமை. ஒரே அளவு நாற்காலி. ஒரேமாதிரி கைத்தட்டல். வெண்பா, எனது சொற்களைப் பத்திரப்படுத்தி ஒவ்வொன்றுக்காய் உயிர் தருகிறார். எதை, எப்போது, எங்கே பேசவேண்டும், யாரிடம் என்ன, எப்படி, உரையாட வேண்டும், மேடைகளின் நாகரிகம், சபை அளத்தல், உலகம் உய்வித்த மெய்ஞான ஆசான்கள், மொழியாளுமை என எல்லாமே எல்லாமே எளிதாய் சமைத்து தனக்கு நிகராக்குகிறார் என்னை.

புகழுக்கு இணையான ஏளனங்கள், இகழ்ச்சிக்கு இணையான அங்கீகாரங்கள், கிரீடங்கள், புனைப் பெயர்கள் என மேடைக்கொரு வாளினை சுழற்றுகிறது காலம்.

வெண்பா... தவறாகப் பேசுகிறார்கள் நம்மை.

பொட்டிலறைந்தாற்போல் கூறு, நானுனது நண்பனென்று.

புகழ் போதையில் உங்களையே இகழ்வதாய் அவதூறு கூறுகிறார்கள். தாங்க முடியவில்லை.

அழாதே... விழாதே... தாழ்ந்தாலும் வாழ்ந்தாலும் குறைகூறும் நாவின் நரம்புகளில் சொற்பயிர் நடவு செய். **புத்தியைக் காட்டும் யுத்தியால் சித்தம் கலங்கும் செயல்களை எதிர்கொள்.**

நீ... உனது திறமையால், உனது சொல்லாற்றலால், உனது பெருந்தன்மையால், உனது மேன்மையால், உனது நேர்மையால், உனது கனவுகளால் உலகம் வென்றவள். நானுனது நிலம் மட்டுமே உழுதவன். நீ சிரிப்பது உனது பற்களால். **கற்களும் வரும். கடவுளும் தெரியும். எதிலுமே அடங்கிவிடாத, மடிந்துவிடாத ஞானம் கொள் தோழி.**

மகிழ்கிறேன் வெண்பா. உனதன்பு மேன்மையானது.

கணவன் தோள் தர, வெண்பா உடன் வர நானொரு உலகம் படைக்கிறேன். எனது பெயர் நிறுவப்பட்டுவிட்டது. தேசங்களைக் கடந்தும் மொழியின் வாசம் தூவிய இருவருக்கும்

அன்றொரு மேடையில் பாராட்டு விழா.

அத்தியாயம் - 14

அத்தனைக் காலம் சுமந்த அத்தனை அகங்காரத்தையும் தற்பெருமையையும் தன்னலத்தையும் அந்த மேடையில் இறக்கிவைக்கிறேன்.

வெண்பா, கருப்பு நிற ஆடையில்.

எதிர்ப்புக் காட்டும் விருப்பமா இந்த ஆடை வெண்பா?!

பழி தீர்த்துவிட்டேன். அகமகிழ்வோடு.

வெண்பா சிரிக்கிறார். தளர்ந்த நடையிலும் அத்தனை கம்பீரம். உடல் சோர்ந்தும் மனம் சோர்ந்துபோகாத தெளிந்த பார்வை.

நரை தெளிந்த வெளிர் நடையோடு நானும்.

இருவரும் மேடையேறுகிறோம். கௌரவிக்கப்படுகிறோம். பாராட்டுகளும் பரிசுகளும் விருதுகளுமாய் பாரங்கள் சுமந்து அமர்ந்திருக்கிறோம். இத்தனை வேகமாய் கடந்த காலத்தின் நியதிக்கொப்ப தடம் மாறாது, நிலைமாறாது ஒன்றாகவே பயணித்த பெரும் நிம்மதி எங்கள் கண்களில். வெண்பாவின் பயணத்தில் பாதியில் இணைந்தவள் நான். ஆனால் அதை முழுமையடையச் செய்த பெருமை வெண்பாவுக்கே. வெண்பா இன்றி நான் கரமேந்திய இத்தனை புகழும் அர்த்தமில்லாத கனவுகளாகியிருக்கும்.

வெண்பாவுக்கு நன்றி.

கணவனின் கரம்பிடித்து நன்றி கூறுகிறார் வெண்பா. வெண்பாவை கட்டியணைத்து மெய்சிலிர்க்கிறார் கணவர். மகள், இருவரின் தோளிலும் சாய்ந்து மனம் குளிர்கிறாள்.

இந்தக் காட்சியில்...

உலகம் பூரணமாய் என்னை வாழவைத்த நன்றியோடு.

நானும் அழுகிறேன்.

வெண்பா...!

தோழி, ஏன் கலக்கம்...

இத்தனை வருடம் கழித்து அதே கேள்வியை மீண்டும் கேட்கிறேன். அன்றொரு காலத்தில் அத்தனைபேருக்கு மத்தியில் என்மீதான அக்கறை எப்படி துணிந்தெழுந்தது உங்கள் மனதில். உங்கள் எதிர்கால சக பயணியாய் என்னை ஏன் தேர்ந்தெடுத்தீர்கள், நானென்ன செய்தேன் உங்கள் வாழ்வின் இருளில் ஒளி படர்த்த...

வெண்பா... அழுகிறார்.

முதல்முறை சிப்பியழுது முத்தெழுதிய நீர்த் திவலையைப் பார்க்கிறேன்.

என்னவாயிற்று வெண்பா. கரமழுத்தி முகம் துடைத்து என்னைக் கரம் கூப்பி வணங்குகிறார்.

உலகம் சுருங்கி கையடக்கத்தில் வீழ... நான் நெகிழ்ந்துபோகிறேன்.

நாளையொரு தேநீர் பொழுதில் சந்திப்போமா தோழி?

சரி, வெண்பா.

அத்தியாயம் - 15

ஏகாந்தமற்ற நெருக்கடிகள் சூழ்ந்த கடற்கரை அது. ஒரு சந்திப்பென்பது இவ்வாறான இடத்தினில் நிகழுமெனில் மனதின் ரணங்களை கரைகள் சுமந்த மெலிவோடு அலையோடு அலையாக கரைத்துப்போகலாம். அதோ, அந்தக் கடற்கரை நானும் வெண்பாவும் கௌரவிக்கப்பட்ட ஊரின் பிரதான அழகியல். மிக அழகான நுரைகளின் ஓவியத்தில் கடல் தன்னை எழுதிக் கொண்டிருந்தது. குறுக்கும்நெடுக்குமாய் காலாற நடப்பவர்களுக்கு மத்தியில் நானும் வெண்பாவும் நடைதளர்ந்து சிறுநடை போடுகிறோம்.

ஆமாம். தேநீர் எங்கே வெண்பா?

சிரிக்கிறார் வெண்பா. அதோ, ஒரு தேநீர்க் கடை தெரிகிறது. அங்கே அமர்வோம்.

எதிரெதிர் நாற்காலியில் அமர... தேநீர் வருகிறது. பருகத் துவங்கிவிட்டேன். வெண்பா இன்னும் துவங்கவில்லை.

மீண்டும் நான் துவங்குகிறேன்.

வெண்பா, இத்தனை வருடக் காலத்தில் உங்களைப் பற்றிய மேம்போக்கான தகவல்களோடே நானும் நகர்ந்தது வருத்தம்தான். எப்போதோ ஒரு மேடையில் நீங்கள் சொன்ன தகவல்தான் எனது தேடலுக்கான விடையென்றான பின்... மேற்கொண்டு நீங்கள் வாழத்தகுந்த உலகத்தை ஒரு நல்ல தோழியாய் இருந்து உங்களுக்கு நான் சுட்டிக்காட்டத் தவறியிருக்கிறேன். ஆனால் அடிக்கடி நினைப்பதுண்டு. யாருமேயற்ற இப்பெருவெளியில் துணையற்ற தனிமையோடு எப்படி உங்களை பிணைத்துக்கொள்ள முடிந்ததென.

கோபிச்சுக்காதீங்க வெண்பா. நானா இதுவரை உங்க மனம் திறந்து பேச வாய்ப்புத் தராம இருந்திருக்கேன். இப்போ சொல்லுங்க, இந்தச் சந்திப்புக்குக் காரணம்?

இருக்கு...

இத்தனை வருடங்கள் கடந்துபோன வாழ்க்கையில் எத்தனையோ மாற்றங்கள். திரும்பிப் பார்த்தால் ஒன்றுமே இல்லாத பெருவெளியின் பிம்பம். என்ன சேமித்தேன், என்ன செலவழித்தேன், என்ன கொண்டுபோகப் போகிறேன்... எதுவுமே கணக்கில் இல்லை.

அம்மா... எனது உயிரின் மூலதனம். அப்பா இறந்தபிறகு எல்லாமுமாக மாறிப்போன அம்மாவை உலகமாகவே எண்ணி வாழ்ந்துவிட்டேன். அம்மா படித்தவர். ஒரு பள்ளியில் ஆசிரியர் வேலை செய்து என்னைக் காப்பாற்றினாள். நிறைய கற்றுக் கொடுப்பாள். புத்தியை கூர்தீட்டி யுத்தமிடச் சொல்வாள். வார்த்தைப் புதிர்களில் விளையாடித் தோற்பாள். அவளின் உத்வேகம்தான் எனது வாழ்க்கையின் முன்னேற்றத்தின் காரணம்.

அம்மாவின் கருணைமிகுந்த பார்வையிலும்கூட பேரன்பின் மொழி இருக்கும். எனது எல்லாக் கவலைகளையும் அவள் கண்களில் புதைத்து நான் நிம்மதி கொள்வேன். வளர்ந்த ஆடவனாய் ஆனபிறகும் தலைக்குமேல் வளர்ந்த மகனுக்கு உணவு ஊட்டும் தாயை கடவுளே கண்டு பொறாமைப்படக்கூடும். அவள் மடி மட்டுமே தலையணை. அவள் கனவெல்லாம் நான் நிலைத்த புகழும் தனித்த ஞானமும் பெறவேண்டுமென்பதே. அதையே அடைந்தேன். ஊரே வியந்து புகழ்ந்தாலும் அம்மா தரும் நெற்றி முத்தம்தான் எனக்கு அரும்பெரும் பாராட்டு. இந்தச் சரீரம் என்பது பொய்யான கூடு. அம்மாவின் இதயத்தில் வசிப்பதே மெய்ப்பாடு.

ஆனால்...

அத்தியாயம் - 16

வெண்பா முதல் மிடறை பருகுகிறார். நான் கோப்பையைக் காலிசெய்து வெண்பாவின் சொற்களை நிரப்பிக்கொண்டிருக்கிறேன். தூரத்தில் ஒரு சிறுமி மணல் வீடு கட்டிக் கொண்டிருக்கிறாள். நாற்புறமும் கதவு வைத்து... அதை சுட்டிக்காட்டுகிறார், வெண்பா.

அந்த சிறுமிபோலத்தான் நானும். அம்மாவின் இதயம்தான் எனது வீடு. நாற்புறக் கதவுகளிலும் அவள் எனக்கான சுதந்திரத்தை நிறுவியிருக்கிறாள். அங்கிருந்து உலகத்தின் நாற்திசைகளைக் கவனிப்பேன். நிறையப் புலப்படும். நிறையப் புலப்படுத்துவாள் அம்மா. இந்த உலகத்தின் விசித்திர சிந்தனைகளினின்று என்னைப் பிரித்தெடுத்து சாமான்ய மனிதனாய் வாழச் செய்தாள். மனிதர்களின் உள்ளக் கூறுகள் தெரியும் அவளுக்கு. அவளின் எல்லாக் கனவுகளிலும் நானே நிரம்பியிருந்தேன். என்னிலிருந்து துவங்கி என்னிலே முடியும் அவளின் அன்றாடப் பொழுதுகளில் நான் மட்டுமே அடக்கம். காலம் தன்னைக் கழித்து என் வயதைப் பெருக்கியது. அம்மா பெண் தேடத் துவங்கினாள். நான் எனது பணியில் மும்முரமாகிறேன்.

நான் பங்கேற்கும் சிறு சிறு விழாக்களிலும் பங்கேற்று மக்களோடு மக்களாய் அமர்ந்து ரசித்துப் பூரிப்படைவாள். அப்படித்தான், ஒரு விழாவில் எனது சொற்பொழிவு கேட்டு சிலாகித்த அவள் தன்னை மறந்து கரவோசை எழுப்பினாள். நான் விழிகளுக்குள் அழுதேன். அம்மா வாய் நிறைய மகிழ்ந்தாள். இப்படியாகவே கடந்துபோன பொன்பொழுதுகளோடு இருவரும் தேவதைகளாய் உலா வந்தோம்.

ஒருநாள் இரவு நிறையப் பேசும் அம்மா அப்போது பேசவேயில்லை. பயங்கர அமைதி. என்னவானதென வினவினேன். காரணமின்றி அழுதாள். பயந்துவிட்டேன். அவள் காலருகிலேயே உறங்கிப் போனேன். விழித்தெழுந்தேன்.

இறந்துபோயிருந்தாள் அம்மா. நம்பத்துணியாத குரூரத்தை சுமக்கவியலாத நடைப்பிணமாய் வீட்டிற்குள் அங்குமிங்கும் அலைகிறேன். ஊரும் தூரத்து உறவும் கூடிவிட்டபோதும் எனது மடி கிடத்தப்பட்ட அந்த உயிரின் கருவைப் புறந்தள்ளாது கண்ணீர் உறைகிறேன். அழத் தெரியவில்லை. அம்மா அழ வைத்துப் பழக்கியதேயில்லை.

திட நீரொன்று வீழ்கிறது, வெண்பாவின் தேநீரில். கோப்பை நெகிழ்ந்து நழுவுகிறது.

உங்க வலி புரியுது வெண்பா.

எனது குரல் கேட்டதும் நிதானிக்கிறார். அலைகள் ஆர்ப்பரிப்பற்று கரையொதுங்குகிறது.

வெண்பா தொடர்கிறார்.

இந்தப் புறவுலகென்பது சரீரமற்று ஓரான்மா கரையேறும்போது பிணமென்கிறது. அம்மாயென்றழைக்கப் பெற்றவளை உயிரற்ற உடலாகப் பார்க்கத் துணியாதவனாய் மனம் பிறழ்ந்து அலைகிறேன். அந்த வீடு, அதற்குமுன் அப்படியோர் வெறுமையைச் சுமந்ததில்லை. அம்மாவுடன் நடந்துதிரிந்த பொருட்களோடு நானும் அந்த வீட்டின் வெறித்த சுவர்களுக்குள் சிறையாகிப்போனேன். அவளின் சொற்களின் மணம் எனதருகே உடலற்ற கனவாய் உலவியது. அம்மா மெத்தையில் உறங்க நான் தரையில் பாய் விரித்து உறங்குவேன் எப்போதும். அப்போது அவள் பேசிக்கொண்டேயிருக்க எனைமறந்து உறங்கிப் போயிருக்கிறேன். ஒரு தாயின் மென்குரலில் பிரதாபிக்கும்

எல்லாம் தாலாட்டு போலத்தானே. இனியென்ன செய்வது... பக்கவாட்டில் தண்ணீர்க் குவளையும் தலைமாட்டில் தண்ணீர் திவலையுமாய் எனதின்னுயிரின் சுமைதாங்கி நடந்தவளின் குரலற்று வாழ்வது எங்ஙனம் சாத்தியம். உணவில் உயிர் பிழிந்து இந்த உடல் வளர்த்த தேவதை, இந்நேரம் கடவுளின் கருணைக்கும் அப்பாற்பட்டவளாய் கரையேறியிருக்கக்கூடும் என்றெண்ணி அழுகிறேன். ஆனால் கண்ணீரே வரவில்லை. கல்நெஞ்சம் படைத்தவனென்று இனி கடவுளைக் குறை கூறயியலாது. கற்களின் கூரைகளால் வேயப்பட்டிருந்த வீட்டையும் எனது அகக் கூட்டையும் விடுத்து அன்பொன்று சிறகு முளைத்து பறந்த பரிதாபத்தைக் காணஇயலாது வெளியேறுகிறேன்.

அம்மாவை இழந்தபிறகு வாழ்வின் தர்க்கங்களுக்கு நியாயம்தேடிப் புறப்பட்டே தொலைந்தவன் என்னைத் தேடி வீடடைந்தேன் மீண்டும். மேடைகள் காண ஆரம்பித்தேன். உன்னையும் சந்தித்தேன். உனது மகளின் கல்லூரி விழாவில் உன்னைச் சந்தித்த நாளன்று... நினைவிருக்கிறதா? எங்கு போனீர்கள் வெண்பா, இத்தனை நாளாய் எனக் கேட்டாய் தோழி. உனது கண்களில் எனது தாயின் கருணையைக் கண்டேன்.

எனது தாய், தாமதமாய் வீடு வரும் என்னைத் தேடிய களைப்பினை அவள் கண்களில் பார்ப்பேன். வந்துவிட்டேன் அம்மா. இனி, பிரிவதற்கில்லை என்பேன்.

அமைதியாய் சென்றுவிடுவாள். ஆனால் அந்த அன்பின் உன்னதம் உலகத்தின் ஜீவ காருண்யம்.

முகமறிந்தவர்களும் முழுதறிந்தவர்களுமே என்னைத் தேட முனையாதபோது, யாரென்றறியாமலே அன்று என்னைத் தேடிக் களைத்ததாய். அன்புடன் சொன்ன உனது கண்களிலும் எனது தாயின் சாயலைக் கண்டேனம்மா!

மீண்டும் அழுகிறார் வெண்பா.

அன்றொரு கூட்டத்தில் எனது தாயைப்போலவே உன்னை மறந்து கரவோசை எழுப்பினாயே... அப்போது அம்மா ஒரு கணம் எனதுலகத்தின் முன் தோன்றி மறைந்தாள்.

எப்போதுமே கேள்விகளால் தொடுக்கப்பட்டிருக்கும் உனது சொற்களை இத்தனை பதில்களால் இத்தனை நாள் சேமித்திருந்தேன் தோழி.

நான் உடைகிறேன்...

வெண்பா தொடர்கிறார். மீண்டும் அலைகளில் கடல் தனது ஒலியின் பெயரெழுதுகிறது.

வெளிச்சத்தின் கல்லறையில் உலகம் இயங்குகிறது. எனது இருளை நானாகவே சிறை பூட்டுகிறேன். எனதான வெளிச்சப்பூக்களை உனது கரம் ஒப்புவிக்கத் துணிகிறேன். தோழியென்றழைத்த காரணம் விளங்கியது.

ஆம்.

தோழி, நீ நல்ல ஆன்மா. புனிதமான உயிர். உனது தேடலுக்கு விடை எனது வருகை மட்டுமல்ல; அதற்கான எனது கடமையும். நீயறியாத உயர்வின் உச்சத்தில் உன்னை அமரவைக்க முடிவெடுக்கிறேன். உனது கனவின் சுமை சொற்களின் வலியில் உணர்கிறேன். காலம் கழிந்தால் என்ன... சிறகு தேயவில்லை. உனக்கான வானத்தை நானன்றி வேறு எவரும் நெய்திடவியலாது எனத் தீர்க்கமாய் எண்ணியதன்பேரில்... நமது பயணம் இனிமையாய் துவங்கியது தோழி.

நான் நெகிழ்ந்துபோகிறேன். என்ன பதில் கூற வெண்பா...

அத்தியாயம் - 17

நண்பா, உனதெந்த நலத்திலும் அக்கறையின்றி எனது முன்னேற்றத்தின் பாதைவழி நடந்து என்னை மட்டும் உயர்த்திக்கொண்ட எனக்கா, உனது கடவுளின் சாயல்...

வெண்பா...

அழாதே. நான் இனி உன் தாய். உன் தோழி. எனது இறுதிக்காலம் வரை என்னோடு பயணித்திரு. உன் இரு கரங்களின் ரேகைகளில் உன்னத அன்பின் சாவியைக் கொடுக்கிறேன். மகிழ்ந்திரு.

இருவருமே கடலைப் பார்க்கிறோம். நீலப்பெருவெளியொன்றின் கூரைமேல் நீலம் போர்த்திய வானம்.

ஒரே எண்ணம். ஒரே அன்பு. ஒரே சாயல். இருவருக்கும் இருவரும் தாய்.

இத்தனைக் காலம் நானாகவும் அவராகச் சொல்லாமலும் கடந்துபோன அவசரத்தின் பொழுதுகளுக்கு நன்றி. இதோ, வெண்பாவின் அன்பு தாய்மை நிறைந்ததென்பதன் பூரண அர்த்தத்தை இந்தச் சந்திப்பு நிறைவு செய்த மகிழ்ச்சியில் புன்னகைக்கிறேன்.

திடீரென்று...

கடல் மருகி மணலெனத் தெரிகிறது. வெண்பாவின் உருவம் சிறுதுகளென இமை சிறைப்படுத்திய பிம்பத்தில்.

நெஞ்சு வலிக்கிறது.

சரிகிறேன்.

கண்களின் ஒளி மங்கி கடைசிப் பார்வையின் துணுக்கில் வெண்பாவின் முகம்...

மாரடைப்பின் கொடிய வலி. இதோ உலகம் துண்டாய் வீழ்கிறது மரணத்தின் குழிக்குள். நான் பிழைப்பதற்கில்லை. இத்தனை அன்பையும் புறந்தள்ளி எத்தனைதூரம் போவேன். ஆழ்நிலையில் உறைகிறது உயிர்.

எனது விழியையே உற்று நோக்கிய உள்ளத்திற்கு நன்றி. விழிப்பாயிரு. விழித்துவிடுவேன்.

மருத்துவமனையின் சுவர்களுக்குள் எனது சுவாசம் அடைகாக்கப்பட்டுக் கிடந்தது. லேசாக விழிக்கிறேன். ஆம். நான் பிழைத்துவிட்டேன்.

காப்பாற்றிவிட்டார்கள்... நலம்தான் நான்.

சிகிச்சைக்குப் பிறகு வீடடைந்தாயிற்று.

கணவர்...

மகள்...

வெண்பா...

மூவரும் கண்முன்.

இப்படியே நில்லுங்கள். தூரம் போய் மரணத்தை அருகழைக்காதீர்கள். உங்களின் பிம்பம் எனது ஆன்மாவிற்கு உணவு.

பிடித்தவர்களே அருகிலிருங்கள்.

பிழைத்திருக்க சம்மதம்.

அத்தியாயம் - 18

கொடைக்கானலின் மங்கிய இருள் கொடிய கனவுகளைத் தருகிறது. மனிதர்களற்ற மருத்துவமனையில் மீண்டுமொரு உயிர் பிழைப்பிற்காய் காத்திருக்கிறேனா...

முதலாம் தேநீர் பொழுதில் உடனிருந்த வெண்பா மூன்றாம் தேநீரோடு வருவதாகச் சொல்லியும் காணவில்லையே.,.

வெண்பா எங்கே...

அப்பாவும் மகளும் ஒன்றுமே சொல்லவில்லை. அப்படியானால்...

எனது மரணம்குறித்த அச்சம் தொற்றியிருக்கும். அம்மாவின் மரணம்கண்ட, வலிசுமந்த நெஞ்சில் இனியெந்தன் இழப்பைக் காண வலுவிருக்காது.

ஆனாலும் வெண்பா... உனது தாய் இவள். இவளின் மரணத்தையும் மடியில் ஏந்து. புன்னகைத்து வரவேற்பேன்... மரணத்தை.

அதோ... உண்மையின் நிழல். உண்மையான நிழல். சொன்ன சொல் தவறாத நித்திய பேரன்பாளனே... இரவு உலர்ந்து பொழுதுபுலரும் தறுவாயில் நான் உயிர் துறக்கப் போகிறேன். இப்போது ஏன், மூன்றாம் தேநீரோடு உள் நுழைகிறாய்?

அத்தியாயம் - 19

டீ கொடுக்கக் கூடாதுங்க, அவங்களுக்கு டிரிப்ஸ் போட்டிருக்கோம்.

நர்ஸ், வெண்பாவிடம் கண்டிப்பாகச் சொல்லி நகர்கிறார்.

நான்... வெண்பாவின் கைகளில் தேநீர் வடிவத்திலொரு அன்பைப் பார்க்கிறேன். அதைப் பருக வாய்க்காத குற்றமென்ன செய்தேனோ... ஒரு தூயஅன்பின் பிரதானப் பிடிப்பு இந்த முதிர்ந்த வயதில் தரும் அரவணைப்பே. முன்னெப்போதும் கிடைக்கப்பெறாத ஆறுதலும் அரவணைப்பும் ஒருவன் இறுதிக்காலம் சுமக்கும்தறுவாயில் அவனுக்கு வழங்கப்பட வேண்டும். நான் வழங்கவேண்டிய கருணையின் கரங்களைத் தளர்த்தி கைவிடப்போகிறேனா வெண்பா, உன்னை...

கலங்கிப்போன வெண்பாவின் முகத்தில் ஏமாற்றத்தின் வடுக்கள்.

அருகில் வந்து நின்று கண்களையே பார்க்கிறார் வெண்பா.

அம்மா... என்று கதறுகிறார்.

கணவரும் மகளும் அணைத்து நிறுத்துகிறார்கள், உடையத் துணிகிற அவர் உள்ளத்தை.

வெண்பா... தைரியமா இருங்க. வெண்பாவின்

கரங்களில் கணவனின் குரல். கணவரின் கரங்களில் வெண்பாவின் குரலும்.

இருள் சூழ்கிறது எனது ஆன்மாவில். கொடைக்கானல் விடிகிறபொழுதில் ஒரு இருளை வழங்கத் துவங்குகிறேன். மருத்துவமனையில் பரவும் மருந்துகளின் நெடியில் சந்தன மலர்களின் வாசம். சவப்பெட்டிக்குச் சொல்லிவிடலாம். ஆழம், அகலம் அவரவர் விருப்பம். யூகலிப்டஸ் மரங்களின் மூச்சில் எனது சுவாசம் உடைந்து தேய்கிறது. ஒரே சுற்று நினைவில் பிறந்த நாள் முதல் இன்றுவரை கடந்துபோன மழை, நிலம், காற்று, வானம், மனிதர்கள் அத்தனையும் பிழையாய் எனது உயிரின்முன். கல்லறையில் பெயரெழுதும் முன் உயிரெழுதி விடுங்கள். எங்கேயும் உயிர்ப்புடன் வலம் வரவே விருப்பம். இதோ, இந்த இறப்பின் ஆடை நீலம். இறந்தபின் வெண்மை. புதைந்தபின் கருப்பு. உயிரின் நிலத்திற்கு எத்தனை நிறங்கள். சிரிக்கிறேன். அழுகிறேன்.

எல்லோர் முகத்தையும் பார்க்கிறேன். நாவின் வேர்களில் அத்தனை பெயர்களையும் உச்சரித்துக்கொள்கிறேன். கணவரை அழைக்கிறேன். கைப்பிடித்து அழுகிறார். தலை வருடுகிறேன். உன்னத ஸ்பரிசம் தந்த இறுதி நிம்மதி. மகளை அழைக்கிறேன். அழுகிறாள். முத்தமிட முயன்று தோற்ற எனது உதட்டில் அவள் கன்னங்களை ஒட்டிவைத்துக் கொள்கிறாள்.

வெண்பாவை அழைக்கிறேன்.

கரம் நீட்டச் சொல்லி தலையணையின் தலைப்பிலிருந்து புத்தகமொன்றைக் கையிலெடுத்து,

வெண்பாவின் கரங்களில் ஒப்புவிக்கிறேன்.

வெண்பா, தன்னுணர்வுடன் ஏந்தி அதன் தலைப்பைப் பார்க்கிறார்.

நான் தலைசாய்கிறேன்.

எனது முதல் புத்தகத்தின் தலைப்பு

'நண்பன் வெண்பா'.

படைப்பு பதிப்பகம் வெளியீடுகள்

2020

1. இடரினும் தளரினும் - விக்ரமாதித்யன்
2. கன்னத்துப்பூச்சி - மணி சண்முகம்
3. நிறமி - ஆண்டன் பெனி
4. யமுனா என்றொரு வனம் - ஆண்டன் பெனி
5. காலநதி - ஆரூர் தமிழ்நாடன்
6. என்மனார் புலவர் - கரிகாலன்
7. தேநீரைக் கைதொழுதல் - மணி சண்முகம்
8. பெருஞ்சொல்லின் குடல் - மா.காளிதாஸ்
9. கவிதை அனுபவம் - இந்திரன் | வ.ஐ.ச.ஜெயபாலன்
10. புத்தனின் கடைசி முத்தம் - லக்ஷ்மி
11. நீந்தத் தெரியாத அய்யனார் குதிரை - வீ கதிரவன்
12. நோம் என் நெஞ்சே - கரிகாலன்
13. உதிர் நிழல் - கி.கவியரசன்
14. தனிமை நாட்கள் - பிரபுசங்கர் க
15. சிப்ஸ் உதிர் காலம் - கவிஜி
16. மணிப்பயல் கவிதைகள் - மணி அமரன்
17. கார்முகி - கோபி சேகுவேரா
18. சைகைக் கூத்தன் - முகமது பாட்சா
19. பொய்மசியின் மிச்சம் - மதுசூதன்
20. ஆ காட்டு - மு.முபாரக்
21. முழு இரவின் கடைசித் துளி - ப.தனஞ்ஜெயன்
22. புத்தன் மீன் வளர்க்க ஆசைப்படுகிறான் - வழிப்போக்கன்
23. யாயும் ஞாயும் - ஜே.ஜே.அனிட்டா

படைப்பு பதிப்பகம் வெளியீடுகள்

2020

24. THE LIBERATION SONG OF A WOMENS BODY - Dr.NaliniDevi

25. கெணத்து வெயிலு - காதலாரா

26. காலாதீதத்தின் சுழல் - ரத்னா வெங்கட்

27. பெண் பறவைகளின் மரம் - மதுரா (தேன்மொழி ராஜகோபால்)

28. நட்ட கல்லும் பேசுமோ - பிரேமபிரபா

29. நீ துளையிட்ட எனது புல்லாங்குழல் - ஜின்னா அஸ்மி

30. நான் உன்னுடைய துறவி - தி.கலையரசி

31. பழுத்த இலையின் அடுத்த நொடி - குமார் சேகரன்

32. நீளிடைக் கங்குல் - ராஜி வாஞ்சி

33. மைனாவை பேசச்சொல்லிக் கேட்பவர்கள் - ஜின்னா அஸ்மி
(படைப்பு மின்னிதழ்களில் வந்த கவிதைகளின் தொகுப்பு)

34. 64 கட்டங்களில் தனித்திருக்கும் ராணி - ஷெண்பா

35. பச்சையம் என்பது பச்சை ரத்தம் - பிருந்தா சாரதி

36. ஏவாளின் பற்கள் - காயத்ரி ராஜசேகர்

37. உன் கிளையில் என் கூடு - கனகா பாலன்

38. கீரக்காரம்மா - முத்து விஜயன்

39. அக்கை - அழ ரஜினிகாந்தன்

40. அம்மே - சலீம் கான் (சகா)

41. ஹைக்கூ தூண்டிலில் ஜென் - கோ.லீலா

42. வாவ் சிக்னல் - ராம்பிரசாத்

43. புரவிக் காதலன் - 14 எழுத்தாளர்கள்

44. குடையற்றவனின் மழை - கா.அமீர்ஜான்

45. நெடுநல் இரவு - மௌனன் யாத்ரிகா

	படைப்பு பதிப்பகம் வெளியீடுகள்
2019	1. நம் காலத்துக் கவிதை - விக்ரமாதித்யன் 2. ஆரிகாமி வனம் - முகமது பாட்சா 3. எறும்பு முட்டுது யானை சாயுது - கவிஜி 4. சொல் எனும் வெண்புறா - மதுரா (தேன்மொழி ராஜகோபால்) 5. யாவுமே உன் சாயல் - காயத்ரி ராஜசேகர் 6. நீர்ப்பறவையின் எதிரலைகள் - குமரேசன் கிருஷ்ணன் 7. பொலம்படை கலிமா - ஜோசப் ஜூலியஸ் 8. நீ பிடித்த திமிர் - அகதா 9. இசைதலின் திறவு - ஜானு இந்து 10. மறை நீர் - கோ. லீலா 11. தேநீர் கடைக்காரரின் திரவ ஓவியம் - பிரபு சங்கர். க 12. எரியும் மூங்கில் இசைக்கும் நெருப்பு - நடன. சந்திரமோகன் 13. வேர்த்திரள் - சலீம் கான் (சகா) (பரிசுப்போட்டிக்கு வந்த கவிதைகளின் தொகுப்பு) 14. வான்காவின் சுவர் - ஜின்னா அஸ்மி (படைப்பு மின்னிதழ்களில் வந்த கவிதைகளின் தொகுப்பு) 15. இருளும் ஒளியும் - பிருந்தா சாரதி
2018	1. நீர் வீதி - ஜின்னா அஸ்மி (படைப்பு மின்னிதழ்களில் வந்த கவிதைகளின் தொகுப்பு) 2. பாதங்களால் நிறையும் வீடு - ஜின்னா அஸ்மி (பரிசுப்போட்டிக்கு வந்த கவிதைகளின் தொகுப்பு) 3. உயிர்த்திசை - சலீம் கான் (சகா) (பரிசுப்போட்டிக்கு வந்த கவிதைகளின் தொகுப்பு) 4. வெட்கச் சலனம் - அகராதி 5. சிண்ட்ரெல்லாவின் தூரிகை - குறிஞ்சி நாடன் 6. அசோகவனம் செல்லும் கடைசி ரயில் - அகதா 7. என் தெருவில் வெஸ்ட் மினிஸ்டர் பாலம் - கோ. ஸ்ரீதரன் 8. அஞ்சல மவன் - கட்டாரி 9. கடவுள் மறந்த கடவுச்சொல் - ஜின்னா அஸ்மி 10. கை நழுவும் கண்ணாடிக் குடுவை - கவி விஜய்
2017	1. மௌனம் திறக்கும் கதவு - ஜின்னா அஸ்மி (படைப்பு மின்னிதழ்களில் வந்த கவிதைகளின் தொகுப்பு) 2. நதிக்கரை ஞாபகங்கள் - ஜின்னா அஸ்மி (பரிசுப்போட்டிக்கு வந்த கவிதைகளின் தொகுப்பு) 3. உடையாத நீர்க்குமிழி - ஜின்னா அஸ்மி (பரிசுப்போட்டிக்கு வந்த கவிதைகளின் தொகுப்பு) 4. இந்தப் பூமிக்கு வானம் வேறு - ஆண்டன் பெனி 5. நிலவு சிதறாத வெளி - காடன் (சுஜய் ரகு) 6. இலைக்கு உதிரும் நிலம் - முருகன். சுந்தரபாண்டியன் 7. நிசப்தங்களின் நாட்குறிப்பு - குமரேசன் கிருஷ்ணன் 8. நினைவிலிருந்து எரியும் மெழுகு - ஆனந்தி ராமகிருஷ்ணன்